TÂM CHÂN DUNG

TÂM CHÂN DUNG
Luân Hoán
Bìa: Khánh Trường
Trình bày: Nguyễn Thành
Đọc bản thảo: Trần Thị Nguyệt Mai
Kỹ thuật: Tạ Quốc Quang
Nhân Ảnh Xuất Bản 2018
ISBN: 9781989924150
Copyright © 2018 by Luan Hoan

TÂM CHÂN DUNG

Luân Hoán

Nhân Ảnh
2018

Những trang giấy kết lại với nhau thành cuốn sách, mỗi cuốn sách như những ngôi nhà. Và với ngôi nhà mới này, tôi là nghiệp chủ.

Thông thường, trước khách sau chủ, nhưng tôi không học cách lịch sự tối thiểu đó. Để trình diện bạn đọc, tôi chưng cái tôi trước tiên. Lý do đơn giản, theo tôi, bạn đọc cần nên biết chút ít về người giới thiệu ra sao cái đã, rồi từ từ nhìn những người được đánh bóng, tuy dài dòng ba hoa, nhưng chân thực.

Dùng văn vần để viết về các nhân vật sinh hoạt văn học nghệ thuật, đã lắm người thực hiện. Nhưng đa số đều vận dụng sự vén khéo, có hoa tay của mình để chỉ phác họa một vài nét, bằng cách vịn vào một vài đặc điểm tiêu biểu của mỗi người được đề cập đến. Tôi cũng đã từng làm qua lối này trong Nuôi Thơm Chùm Kỷ Niệm Xanh và Giữ Riêng Vài Nét Như Là. Nhưng loạt bài dưới đây dông dài hơn, chi tiết hơn và chủ yếu vịn vào kỷ niệm. Điều căn bản, tôi viết về những nhân vật lúc họ còn tại thế. Và gần như hầu hết họ đều đã đọc qua bản vẽ về mình. Chứng tỏ tôi không hư cấu, nói xạo một điều gì. Một số bài đã được nhân vật liên quan đăng vào tác phẩm của họ.

Diện mạo dễ vẽ, nhưng mấy ai vẽ được tâm hồn. Tôi thử chơi, sai - đúng không chắc chắn, nhưng hy vọng sự sai lệch không nhiều. Mong khi vào "bảo tàng nhân vật" này trở ra, bạn đọc lạc quan cùng nụ cười bao dung hơn.

Luân Hoán

ghi chú: CTC đi trước để kỷ niệm bài khởi đầu loạt viết này

LUÂN HOÁN
(tự họa)

vẽ vời đám quen biết
mà không tự vẽ mình
y như giả đui điếc
rõ ràng không thật tình

nên tự chụp tấm ảnh
không bằng chiếc máy hình
bằng đầu bút chì gõ
lên bàn phím rung rinh
*

ảnh đủ tai, mắt, mũi,
môi, cằm... dạng chân dung
hơi tiếc thiếu chút xíu
đoạn quan trọng cuối lưng

nhìn qua thật hốc hác
ngắm kỹ quá gầy gò
trông thất thần nhếch nhác
đầy hoang mang âu lo

trên đầu tóc rậm rạp
đá xây mộ chưa nhiều
hai hàm răng trắng chắc
lưỡi gân còn phẳng phiu

tổng thể năm sáu ký
ăn gian chưa trừ bì
mới vừa hơn bảy mốt
lưng rút cong như gì

ôm trong bộ dạng đó
lòng đầy đủ sân si
háo danh và háo sắc
mình vái mình, đã lì

chính xác tôi như vậy
không làm dáng tự trào
tôi xếp tôi số một
trên bảng không người nào

bạn bè đông đủ lắm
nhưng chẳng gặp là bao
quen qua danh qua tiếng
y như phim giang hồ

người yêu tôi cũng bộn
toàn nhan sắc tuyệt trần
có điều toàn tưởng tượng
không sờ được lông chân

tôi yêu tôi thứ nhất
tôi yêu người thứ hai
tôi yêu đời thường trực
nên thơ viết dài dài

thơ dỏm và thơ dở
nhưng không xạo bao giờ
có thể thỉnh thoảng giỡn
không lạc hồn vía thơ

có nhiều lần chết hụt
thương tích đóng sẹo đời
tùy thời tiết đau nhức
nhiều nỗi buồn ghé chơi

cụ thể tôi chỉ vậy
chỉ một vợ bốn con
thua xa cha em út
dù vũ khí loại ngon

nhớ, nhắc tôi nên gọi
ơi thằng Châu đủ rồi
hạn chế gọi bút hiệu
cha mẹ tôi nghỉ ngơi

CAO THOẠI CHÂU

rảnh rỗi bưng một bác
phác họa loạng quạng chơi
không mục đích bôi bác
không bốc thối lên trời

vẽ bậy từng nét thật
theo tác phẩm theo đời
chẳng mục đích gì khác
trám giờ trống vậy thôi

chẳng hề chọn thứ tự
ưu tiên biệt đãi nào
tất cả do tùy hứng
đến một cách bất ngờ

bắt đầu bác thi sĩ
có tên Cao Đình Vưu
gốc Giao Thủy Nam Định
hiền lành như hươu, cừu

bác vào Nam hít thở
gõ đầu trẻ đôi mươi
buồn buồn vào Thủ Đức
làm quan mấy năm chơi

bác thuộc dạng lãng mạn
nhưng hơi hơi nhát gan
yêu cô em "lựu đạn" (1)
chỉ biết ngồi mơ màng

thơ thẩn cũng từ đó
thơm lừng cả ngàn trang
rất riêng rất độc đáo
ngấm hương rượu nồng nàn

chuyên loại bảy, tám chữ
thật linh hoạt đều tay
vần điệu không câu nệ
ý sắc sảo tràn đầy

với ít nhiều cao ngạo
gói đủ đời tang bồng
chế từ những bụi bặm
bác lượm giữ trong lòng

bác chừ viết rất khỏe
dồi dào hơn thuở xưa
"Rạng Đông Ngày Vô Định"
không cần biết nắng mưa

bác đang chơi xả láng
thơ văn cho mỗi ngày
trên mạng chẳng liều mạng
mỗi ngày một ý hay

ra đời năm ba chín
vẫn sung sức trẻ trung
văn tài còn xanh mướt
đọc khoái lòng vô cùng

bác thi sĩ duy nhất
của Việt Nam Cộng Hòa
còn ở cùng tổ quốc
dám cho thơ thở ra

những ưu tư thời cuộc
những nét sử gần xa
gói cả một tâm sự
uất hận trong xót xa

---

1. lựu đạn còn được gọi quả Na, tên một người thơ của CTC

BẮC PHONG

bạn hỏi sao không viết
về tác giả Chính Ca?
không lẽ vì không biết
hay chưa được gặp qua?

cảm ơn, thưa tình thiệt
chúng tôi khá thân nhau
bởi thân nên hiểu tánh
ông ấy không thích đâu

thể theo lời khuyến khích
tôi vẽ lén đôi dòng
dùng chiến thuật du kích
chuyện lỡ rồi phải xong

không phải là nhà thơ
Bắc Phong, một thi sĩ
với trái tim ngọt ngào
thương ghét thuần nhân bản

gần cả đời quản thủ
hàng chục vạn trái tim
hàng trăm ngàn khối óc
trong khối giấy lặng im

ông suy tư và sống
giữa thế giới mông lung
mọi sôi động đều tĩnh
hít thở sâu trùng trùng

ông yêu quý nhân loại
chuộng xã hội công bình
mọi độc tài áp bức
phải nằm ngoài chúng sinh

ông đau cùng vết chém
bất cứ ai thụ hình
thở vui cùng ngọn cỏ
nở thơm nụ chân tình

giản dị chỉ chừng nấy
trong thịt da hồng hào
cao đủ không cần nhón
hôn một chân dài nào

thấm nhuần trầm hương Phật
ông còn có mẹ già
mỗi giọt thơ ông trổ
vốn từ mẹ sinh ra

với tâm nguyện giữ chữ
cho khách viết bốn phương
lập thư viện lưu trữ
lòng như ổ văn chương

tôi ba hoa chừng đó
thiếu đầu lẫn hụt đuôi
cảm ơn và xin lỗi
sáng nay được nụ cười

BÙI BẢO TRÚC

"bạn ta" không bạn ta
chỉ quen biết qua loa
vài ba lần gặp mặt
như gió thoảng qua nhà

nhưng không phải vì vậy
không có tình kính thân
"bạn ta" sao không biết
riêng ta vẫn ân cần

đón đọc ông đều đặn
thú vị lối gợi hình
bày ảnh ra bình luận
cuộc sống thật chân tình

người thật và việc thật
bớt u u minh minh
trộn trắc ẩn châm biếm
nhân ảnh càng lung linh

nét bi không quá thảm
nét hỉ không thiếu buồn
tài hoa nhờ tế nhị
nền tảng từ tình thương

ngoài hình thức thư gửi
còn nhận định phê bình
nghiêm túc giàu trí tuệ
luôn cõng theo chữ tình

ông viết về "nhạc Trịnh"
về thơ Du Tử Lê...
hình như tôi cũng được
một bài ông điểm phê

sau ngày rời nhiệm sở
xướng ngôn đến bốn phương
ông gia tăng nói chuyện
trước đám đông đồng hương

nhiều người nghe và đọc
đâu cần tôi tán thêm
kiến thức cùng kinh nghiệm
viết nói tăng vững bền

ra đời năm bốn bốn
gốc bắc kỳ di cư
"con nhà giàu du học"
vừa Kim Trọng vừa Từ...

ông cao ráo bụ bẫm
dềnh dành như quan công
nhưng mặt trắng kính cận
kinh thư thuộc nằm lòng?

với thân thể cao lớn
chắc cái gì cũng to
điều này muốn kiểm chứng
đã sẵn sàng nhiều o

dĩ nhiên không mấy chắc
sự tương phản bất ngờ
chính tôi là ví dụ
và còn nhiều ảnh sao!

bông đùa chơi nửa phút
tuy có phần vô duyên
mong ông cười thành tiếng
đừng nhúng vào bút nghiên

Thư Gửi Bạn Ta đã
in được mấy tập rồi?
ông chọn riêng một chiếu
đâu khác chi ông trời

chúc ông vững sức khỏe
tiếp tục một cuộc chơi
tiếp tục thay đổi ngựa
để đi cho thảnh thơi

CHÂU VĂN TÙNG

người viết không người đọc
xem như chết nửa người
người đọc thiếu người viết
chỉ giảm bớt niềm vui

ông là người thứ nhất
từ khi tôi tập tành
trồng tâm vào chữ nghĩa
phà hơi cho tình xanh

nhiều lần ông chỉ phán
gọn nhẹ vài chữ thôi
"đọc được, không tệ lắm"
tôi sáng dạ hiểu rồi

"không tệ lắm" là tệ
điều đó dễ hiểu mà
tôi đọc lại bài viết
trước khi loại bỏ ra

ông thường nhận định tốt
nhờ siêng năng đọc nhiều
lưng lưng bụng kiến thức
tuy không gì cao siêu

ông khá mê Võ Phiến
Linh Bảo cùng Trùng Dương
Lê Tất Điều, Bùi Giáng
Võ Hồng, Vũ Hoàng Chương

không mặn lắm Mai Thảo
mà rất thích Thảo Trường.
Dương Nghiêm Mậu, Đỗ Tốn
cũng cho ông nhiều hương

đọc xong ông thường kể
mạch văn của từng người
tôi ngồi nghe tỉnh ngủ
có lắm khi gật gù

thừa biết tôi lười biếng
lại khiêm nhường tiền tiêu
ông thường mua tặng sách
khuyên tôi nên đọc nhiều

chữ không nở bề dọc
cũng chẳng phát bề ngang
nhưng tôi đã nghiệm thấy
mình giàu... nhờ bạn vàng

tôi với ông cùng lớp
thân thiết ngồi chung bàn
chia nhau từng cảm nhận
vốn sống cùng chơi hoang

rồi cùng tuổi vào lính
cùng khóa học làm quan
cùng ra một đơn vị
cùng đánh trận mở màn

ông bị thương tháng trước
tôi ngã ngựa tháng sau
lại về vọc chữ số
hai ngân hàng gần nhau

tôi Việt Nam Thương Tín
ông Việt Nam Công Thương
cùng nhân chia trừ cộng
trừ hoài không hết buồn

tôi hơn ông ở chỗ
đã rời xa quê hương
ông hơn tôi ở chỗ
còn sống cùng quê hương

vẽ ông đã nhiều bận
đã chắc gì ông vui
vẽ ông để tôi thấy
một chút gì của tôi

chúng ta có nhiều bạn
nào Phan Quảng, Lam Hồ
Nguyễn Văn Pháp, Bân, Chí...
tôi chả quên thằng nào

nhờ ông nhắn bọn chúng
thằng Châu xưa cụt rồi
nhưng có cái chưa cụt
hẹn có ngày đi chơi...

CHU TRẦM NGUYÊN MINH

lâu lâu vớ được mống
đàn em thời quân trường
định lên mặt huynh trưởng
tìm khuyết điểm phạt chơi

trước tiên dòm khuôn mặt
vuông vức rất chữ điền
mày rậm, mũi cao thẳng
tai dài sống thâm niên

miệng rộng cần cổ cứng
phô sức khỏe dồi dào
có vết gì má trái
như dấu cắn môi đào

kính cận hay kính lão
trong suốt che mắt trong
nét đa tình một dạo
còn phảng phất phiêu bồng

chẳng điểm nào phạm lỗi
muốn phạt, thiếu lý do
ông có dáng đẹp lão
như đẹp trai thuở nào

à, có rồi, mái tóc
coi bộ dài đó nghe
thời ba phân đã hết
lấy quyền chi ra đề?

ví như phạt hít đất
lên xuống được mấy lần?
trên nền hít trải nệm
điểm đếm lót cỏ bông!

tôi hơn ông hai tuổi
không dám khoe còn ngon
nhưng suy mình, tôi biết
ông còn giàu nước non

vậy mời thi hành lệnh
với đầy đủ quân trang
dĩ nhiên là khẩu súng
không cần khóa an toàn

hồi ở khóa 24
gặp đàn em 25
tôi thường phạt uống rượu
dạo gia binh vài vòng

thời đó không thấy bóng
Phạm Minh Tâm ở đâu (1)
có lẽ Từ Dạ Vũ, (2)
Đại Lãnh rủ hát chầu? (2)

khóa 25, tôi nhớ
có nhà thơ Thành Tôn,
nhà thơ Trần Vấn Lệ,
nhạc sĩ Vũ Thành An...

Lời Tình Buồn ông viết (3)
An phổ nhạc năm này?
thơ nhạc chừ vẫn sống
người viết còn phây phây

có thể hương chinh chiến
tay súng đỡ tay thơ
nên ông viết dồn dập
ba năm ba tập thơ

Trong *Mặt Trời Buồn* có
hình ảnh *Quê-Hương-Thơ-* (4)
Và-Nước-Mắt thấm ngọt
Cuộc Tình Người ơ thờ

làm thầy dạy môn toán
lại khoái viết thơ tình
hẳn không là nghịch lý
cũng như Trần Hoan Trinh

Marxist-Leninist
chưa tốt nghiệp hay sao
chẳng lẽ muốn trụ lại
không làm ông hát-ô

quê ông đất Bình Thuận
hương gió biển dạt dào
tôi từng ghé nhiều dạo
chẳng cua được em nào

gặp ông và mươi bạn
cũng toàn trên văn đàn
chưa cụng rượu, đọ súng
mà đã là bạn vàng

tôi tự tạo cơ hội
nhìn nhau rõ mặt hơn
vẽ rườm rà nhân ảnh
một phần bớt cô đơn

ông xem ông lại nhé
từ trong bản vẽ này
nếu tay cũng táy máy
chỉnh sửa giúp càng hay

---

1. tên thật của CTNM
2. các bút hiệu khác
3. tên bài thơ và ca khúc VTA phổ nhạc
4. chữ nghiêng tên các tác phẩm đã xuất bản của CTNM

CHU VƯƠNG MIỆN

chừ mới mười giờ sáng
vừa ăn ổ bánh mì
uống lưng nửa chai nước
vợ chưa rủ chở đi

vẽ thêm một bạn nữa
ông bạn này lâu nay
tuyệt giao vì nổi hứng
chửi tôi trật đường rầy

qua vài năm suy nghiệm
tôi thấy chẳng làm sao
ông hiểu lầm chút đỉnh
cũng mới chửi sơ sơ

thân tình của một thuở
riêng tôi quý như vàng
nên tuy không liên lạc
vẫn xem ông bạn vàng

kỷ niệm không nhắc lại
nhiều khi ông không vui
bản vẽ này không khéo
cũng khiến ông cười ruồi

thân ông cao thước bảy
tâm chẳng thể thước hai
tôi tin chắc như vậy
nên cù ông cái coi

thơ ông làm rất ngộ
đám bá láp từng chê
tôi thì cho độc đáo
không cõi cũng riêng lều

tôi quý ông tài đó
việc gì cũng như chơi
không chơi làm gì nhỉ
nên tôi bắt chước thôi

muốn vẽ thêm mấy nét
chấm phá về cuộc đời
xuống tay chợt nhớ trực
trước đây đã viết rồi

ông đọc được cứ rủa
muốn chửi cứ email
nhiều khi thiếu chỉ trích
cuộc đời đâm chán phèo

CUNG TÍCH BIỀN

mải mê làm bích báo
tại nhà bạn Tô Yên (1)
Lam Hồ (1) ghé nói nhỏ:
khách quý đến... phát tiền

ông sĩ quan tài chánh
tươi cười xách cặp da
vừa lúc tôi ngưng bút
tò mò hướng mặt ra

ông không to xác lắm
mặc quân phục hẳn hoi
cái kính cận dày cộm
mũ lưỡi-trai sát tai

bộ tịch khá kẻ cả
đàn anh là hắn rồi
hơn chúng tôi bốn tuổi
đã nhập thế vào đời

ở thủ đô mà lị
dễ phải tầm thường đâu
được ông chìa tay bắt
giữ cái nắm hơi lâu

tôi biết ông văn sĩ
lúc ông mới đăng thơ
dưới bút danh... gì nhỉ ?
lạ thật, quên bất ngờ

chừng sáu năm sau đó
"Ngoại Ô Dĩ An Và... (2)
Cung Tích Biền có mặt
với bút pháp tài hoa

chúng tôi ở tỉnh lẻ
cũng ra sức học đòi
nhịn quà mua sách báo
phí tiền tem dài dài

rất vui khi ông có
những Ai Tỉnh Ai Điên
Hòa Bình Nàng Tình Rỗng...(3)
những tác phẩm ra tiền

tôi biết ông chỉ vậy
không thư cũng chẳng từ
vui tay ai nấy viết
ông chắc gì đọc tôi

cuộc đổi đời bất tử
nửa năm ở Sài Gòn
nghe nhiều tin thật giả
bè bạn nói về ông

tôi ở nhà chị cả
Lê Lợi, số hăm-hai
khá gần với kiosque
ông ngồi bán sơn mài

nhiều lần tôi thả bộ
qua Nguyễn Huệ thăm ông
được nghe nhiều hơn nói
thấy vui vui trong lòng

giọng ông vẫn ấm áp
cởi mở đầy chân tình
chuyện mũ cối băng đỏ
thành chuyện vui linh tinh

không thể không cảm được
nỗi buồn trong lòng ông
nụ cười như ta thán
chưa bứng hẳn cái dằm

ông già đi nhiều lắm
phảng phất nét nông dân
ông quan ba Thiết Giáp
thay đổi cách phong trần

tôi giữ hoài áy náy
đã thất hứa cùng ông
bất ngờ ngoài ý muốn
chắc ông đã cảm thông

gần đây qua Lý Đợi (4)
không hẳn ông tỏ lòng
treo Nỗi Buồn Thắp Sáng (3)
khắp Cõi Ngoài (3) trăng rằm

ngoài lục tuần phơi phới
ý tưởng giàu, thâm trầm
vung ngòi bút sắc sảo
cốt cách càng thong dong

ông Thăng Bình đất Quảng!
Thằng Bắt Quỷ (5) là ai?
hình ảnh đầy ẩn dụ
đọc để ngẫm nghĩ hoài

lơi bút nhiều năm tháng
ẩn danh hay ý gì? (6)
ông ha hả hào sảng:
"danh đâu mà ẩn"... hì!

lại thòng thêm cho biết
"...tìm chỗ trốn gió tanh...
tôi có kho tàng sống"
nơi thực hư giáp ranh (7)

chỗ ông đang trốn bụi
Gò Vấp, đủ an toàn
cho bộ chữ Truồng Chạy
thành Chuồng Trại bình an?

ba phần đời bạt mạng
lưu linh lẫn lưu tình
mừng ông đã tự tại
ngồi gảy mandoline (8)

---

(1). Tô Yên tên thật Lê Văn Nghĩa, viết Gió Mới, thiếu tá Thiết Giáp, đã tử trận.
(1). Lam Hồ tên Nguyễn Hữu Nuối, viết Gió Mới, hiện ở Đà Nẵng, Việt Nam.
2. Tên đầy đủ: Ngoại Ô, Dĩ An Và Linh Hồn Tôi truyện đầu tiên với bút hiệu CTB đăng trên Nghệ Thuật, năm 1965.
3. Tên các tác phẩm của CTB, xuất bản năm 1968, 1969.
4. Lý Đợi, nhà thơ sinh năm 1978 tại Khúc Lũy Điện Bàn Quảng Nam, cử nhân
văn chương năm 2001, cùng nhà thơ Bùi Chát chủ trương nhà xuất bản Giấy Vụn,
hiện ở Sài Gòn.
5. Thằng Bắt Quỷ tên tác phẩm của CTB, Khánh Trường in tại Hoa Kỳ 1996
6. Ý câu hỏi của nhà thơ Lý Đợi trong bài phỏng vấn Đành Lòng Sống Trong Lòng Đợi Của Lịch Sử.
7. Nguyên văn câu CTB: "Danh đâu mà ẩn. Chỉ là tìm chỗ trốn cái gió tanh mưa bụi.
Tôi có một kho tàng sống qua mấy thời kỳ. Chỗ giáp ranh của hư thực."
8. Tài chơi đàn của CTC theo Vương Trùng Dương (hiện ở California USA)

33

DU TỬ LÊ

ông học Nam Tiểu Học
tại Đà Nẵng lúc nào?
nếu thời đó tôi biết
ông hết đường làm thơ!

tánh tôi rất đố kỵ
với ai thật tài hoa
rừng có thể lắm khỉ
cọp chỉ một thôi à

ông may mắn thoát được
sớm trụ ở thủ đô
còn tôi vẫn lả lướt
trong lòng một cái ao

một lần ông trở lại
dòm nhau, giơ tay chào
nghe biết danh hảo hớn
như kiếm hiệp giang hồ

ông lo nói chuyện sách
trong cà phê Quỳnh Châu
tôi mê kèm sát nách
tà áo dài trắng màu

ông nổi danh như sấm
vì thực lực thực tài
tình ái cũng hiển thánh
kề vai cùng sánh vai

ông kém tôi một tuổi
sao bàn chân quá dài
đích nào cũng tới trước
có trừ cái quan tài?

khi tôi làm chuẩn úy
ông đã trung úy rồi
trụ trì la pagode
thỉnh thoảng ngó mặt trời

tôi thì lo lội bộ
(nói cho ngay vì tôi)
mê mùi hương sông núi
lại thích ngắm đầu ruồi

ông đương nhiên viết mạnh
từ thơ qua đến văn
từ tạp chí đến báo
ông tiến như sao băng

đã quá nhiều đầu sách
trong Khai Trí, Xuân Thu
trong cặp những thiếu nữ
trong lòng nhiều tiểu thư

khi ông đòi ra biển
thả hồn về quê hương
là lúc tôi cung tiến
vài nỗi buồn, vết thương

kịp đến lúc ông nhắn
gặp mặt chơi cho vui
không hẳn vì thích thú
tắm vội suýt phỏng người

gặp nhau, tôi nhận kỹ
ông tầm thước, bình thường
độc đáo ở cái mũi
biểu thị người phi thường

ông chắc cũng không lạ
Hà Nguyên Thạch, bạn tôi
mũi kỳ lân giống hệt
ông-thi-sĩ-cả-đời

người sở hữu mũi quý
đủ tiêu nhưng giàu đào
bề ngoài không hấp dẫn
nhưng như cái hồ lô

ông cũng giống hệt Thạch
giỏi thỏ thẻ ngọt ngào
giọng nói có tẩm mật
thơm nhẹ hơn ca dao

dĩ nhiên ngoài chừng nấy
ông hiển thánh tài thơ
(ở đây không đề cập
giá trị đến mức nào)

ông là một thi sĩ
giản dị chỉ vậy thôi
thi sĩ có quyền hưởng
những ưu ái cuộc đời

một lần tôi lạng quạng
ở mấy nẻo quận Cam
gọi thăm, ông đang ốm
bệnh tình khá bi quan

ấy thế mà ông khỏi
dễ dàng như khói bay
làm thơ hay sướng thật
thần chết cũng nương tay!

ông đi đây đi đó
ra mắt sách, đọc thơ
diễn thuyết cùng họp bạn
đời đẹp hơn giấc mơ

tôi nợ ông cũng lắm
những bài viết thơm tình
một lần sắp trả lễ
lại trở ngại linh tinh

đã vậy đành khất nợ
cho đến phút này đây
thay vì trả hậu lễ
vẫn chỉ quậy thế này

mong ông Lê Cự Phách
(tên ấn tượng vô cùng)
cười lớn như thường lệ
giữa những sinh hoạt chung

cõi nhân gian dễ hiểu
mặt nước như gương soi
tôi ngược ông như vậy
kính quý ông hẳn hòi

DƯƠNG KIỀN

người viết tựa hay bạt
thường hết lòng làm duyên
và làm đẹp tác phẩm
sắp lộ diện đầu tiên

dĩ nhiên đủ bản lãnh
uy tín trong làng văn
có ít nhiều đồng điệu
với sách được phát hành

tôi lơ mơ thơ thẩn
vụn vặt trên báo người
bỗng dưng thèm gom lại
trình làng chơi với đời

duyên tôi cùng Văn Học
có được nhờ tình cờ
người trẻ hiểu người trẻ
dù tình bạn mơ hồ

thời còn chưa quen mặt
thư-từ tuyệt đối không
ông nghe lời chủ nhiệm
hay vịn niềm cảm thông

viết cho tôi lời bạt
đầy đủ những điều cần?
khen, có khen vừa phải
chê, có chê sơ sơ
chủ ý nhìn cùng hướng
đời, cuộc chiến... xô bồ !

lời bạt nằm sau sách
ông đứng sau lưng tôi
đã vui tay đẩy nhẹ
tôi theo đà tới luôn

sức lực ông khi đó
có từ một thành viên
Luật Sư Đoàn Thượng Thẩm
Sài Gòn rất oai nghiêm

ông còn là tác giả
và là kịch tác gia
bợ giải thưởng văn học
qua Sân Khấu trổ hoa

tài danh ông nở rộ
trong rất nhiều bộ môn
thơ nhạc đều ngấm đủ
vào người có tâm hồn

ra đời năm ba chín
đất nhà Nguyễn xưng vương
gốc ông cha phương Bắc
hấp thụ tình bốn phương

vọc chữ như vọc cát
chơi từ thời thiếu niên
Cải Tạo cùng Nhân Loại
đã thơm thơ người hiền

cuộc sống có lắm thú
ông chẳng lẽ bất thường
hay là thất tình sớm
nên chọn Thú Đau Thương

tập thơ đầu có mặt
năm một chín sáu mươi
kéo theo Biển Trầm Lặng
truyện dài của cuộc đời

khoảng sáu lăm – sáu tám
ông viết mạnh vô cùng
truyện ngắn, dài, kịch, dịch
được đón đọc tưng bừng

tôi có cuốn Sân Khấu
được ông cho lấy le
còn những Máu Của Mẹ,
Kẻ Xa Lạ... im re

cả Người Tù Sa Mạc
Luật Giá Thú... Cộng Đồng

tem thư không chở nổi
tủ sách tôi buồn lòng

nói chơi cho vui vậy
ông bận rộn quá chừng
làm chủ bút Văn Học
Ủy Viên Tòa Án Quân...

giờ đâu lo thơ thẩn
phút đâu dành thư từ
lâu lâu nhắc tên gọi
đã là chuyện hồ như

giữa thế thời cầm súng
mạnh ai ai nấy lo
tôi trình diện Thủ Đức
ông sau cũng chung lò

chuyện gì sau nước mất
không dài dòng làm chi
tôi làm láng giềng Mỹ
ông làm dân Na Uy

rồi chúng ta gặp mặt
tay bắt lòng không mừng
chỉ vui và uống rượu
thỉnh thoảng ngồi đấu lưng

tửu lượng ông cao quá
trên trình độ thượng thừa
uống nhiều mà ít nói
chắc ngại bọn tôi... thua

lúc này tôi nhìn kỹ
đầu mình tứ chi ông
không hơn tôi mấy tí
ngoài phong thái tiên ông

đặc biệt nhất mái tóc
bạc trắng đến bất ngờ
không phải mây hay khói
như là tuyết phất phơ

ông đang là thầy giáo
tiếng Việt ở xứ người
quả thật hạnh phúc lớn
phải nói "trên tuyệt vời!"

tập thơ còn nóng hổi
Mùa Gặt Giữa Hư Vô
cho chúng tôi ra mắt
niềm vui thật bất ngờ

Song Thao làm công việc
trình thơ cùng mọi người
tôi thú vị ngồi đọc
môi thắp nhiều nụ cười

tôi thấy ra, đâu đó
bóng bà chị Kim Anh
tưởng tượng thật mau lẹ
cây sáo trúc thanh thanh

ông vẫn ông thuở nọ
điềm đạm như quan tòa
tôi có hơn thuở nọ
thêm ngón nghề ba hoa

vẽ ông định vẽ kỹ
nhưng lực bất tòng tâm
cũng ngại rằng trật lất
thành ra thiếu tấm lòng

mừng ông vẫn thong thả
đi đó đây cùng tình
nhưng chắc không vui lắm
càng ngày càng làm thinh

khi nhớ Phan Kim Thịnh
đồng nghĩa nhớ đến ông
nỗi bùi ngùi lơ lửng
ẩn hiện xốn cả lòng

chắc chắn ông không thích
tôi vẽ vời linh tinh
tôi có thú vụn vặt
nhớ người để nhớ mình

mong ông anh bỏ lỗi
cạn dòng rượu giữa trời
sáng nay tiếp tục rót
giữa mịt mùng tuyết rơi

ĐẶNG TIẾN

không cọ không màu sắc
lấy chi để vẽ vời
chân dung người quen biết
ngoài một nhúm tình người

được thấy ông một lần
đi cùng Nguyễn Thanh Ngân (1)
với một vài người nữa
tôi mon men tới gần

trung tâm văn hóa Pháp
hôm ấy ở Tourane (2)
ông Buffet, họa sĩ (3)
đang khoan khoái bày tranh

các ông ít tranh luận
về họa phẩm đang xem
nhưng câu chuyện rôm rả
hình như về... các em

không cố tình nghe lắng
nhờ đứng kề một bên
chuyện chiều mưa sáng nắng
dễ nhớ mà mau quên

hôm đó ông rất hách
lời nói cùng bàn tay
tỏ rõ một phong cách
rất ư là bậc thầy

không dám nghễ ông kỹ
nhưng biết mắt kính dày
sống mũi cao rất thẳng
tóc mai dài và đầy

dĩ nhiên tôi có biết
ông, cây bút phê bình
thường trực ở Tin Sách (4)
điểm thơ rất tài tình

hồi đó tôi lạng quạng
cũng tập tành làm thơ
nhưng chưa thể in ấn
nên chưa có ước mơ

(mơ ước mà tôi nói
là nhờ ông điểm thơ?
chuyện đó chưa hề có
vũ-như-cẩn, bây giờ)

tôi Về Trời sau đó
Tin Sách có đẩy đưa
nhưng hình như bài viết
không phải người thấy xưa?

nhiều năm qua lặng lẽ
tôi, Đoàn Thị Bích Hà (5)
vẫn chơi thơ ấu trĩ
chữ nghĩa không nở hoa

ông du học bên Pháp
chưa thấy lại một lần
làm sao chừ vẽ nổi
những nét đời phong trần

bỗng tôi cũng xuất ngoại
bất ngờ được thư ông
qua nhà văn Võ Phiến
thế là liền dựa lưng

gần đây, mới tháng trước
ông gởi qua điện thư
một tấm hình mới nhất
đứng bên hoa... lừ đừ !

nhìn ảnh tôi có viết
vài dòng lục bát chơi
sợ ông kiêng không gởi
chừ lạc mất tiêu rồi

Trịnh Cung khen ông giỏi (6)
trong việc chọn giai nhân
mạnh rượu và tích cực
cho bè bạn tấm lòng

ông cao một thước mấy ?
mập, ốm có ích gì
vẽ ông tôi chỉ thấy
Vũ Trụ Thơ uy nghi (7)

đã ba lần tôi viết
về ông rất linh tinh
đọc lại thấy dở quá
rõ ràng thiếu cái tình

nhưng đúng là rất lạ
thơ viết trả lời tôi
vần điệu ông quá tuyệt
ấm áp nỗi tình người

thơ hay hơn tôi hẳn
gây xúc động nhiều người
Nguyễn Mạnh Trinh phân tích (8)
đọc quên cả rung đùi

ông tài hoa nhiều ngón
dù chỉ quen qua thư
lòng lâng lâng hãnh diện
người đồng hương quá cừ

Đinh Cường biết ông khoái
đề bì và chọn tem

hài hòa như thư họa
gởi lòng cho nhau xem

tôi, ông, hai người khác
nhưng cái già giống nhau
cả hai cùng nhiều tóc
chắc chắn còn sống lâu?

vẽ ông chỉ đại khái
vẫn lộn xộn lắm lời
tôi biết ông rất ghét
dùng thơ để giỡn chơi

rất may nét phác họa
chỉ là chữ có vần
không văn thơ gì cả
viết lấp bớt khoảng không

ông Đặng Tiến kính mến
xưa ông ở Pasteur
tôi Đông Kinh Nghĩa Thục
chưa bắt tay bao giờ

nay ông trên đất Pháp
tôi trời Canada
nào một, hai, ba, bốn
cùng nghĩ về quê nhà

chúng ta gặp nhau đó
bên đường Lê Đình Dương
trong quán bún mụ Đãi
gió bụi thoang thoảng hương

ông có định về ngủ
trong vạt cát Gò Cà?
riêng tôi thì rất muốn
dễ gì được đâu mà!

tự nhiên sao buồn quá
ngồi nhìn ảnh ông hoài
ai nhanh hơn đây nhỉ?
không chừng cùng sát vai

chênh lệch nhau một tuổi
đâu cách biệt là bao
lâu lâu ông nhớ gõ
vài câu đủ ngọt ngào

đại ca nhớ bảo trọng
đệ tuy còn ngon lành
nhưng biết đâu lát nữa
xuống hố không kịp phanh!

1- bạn cùng học Pascal với ĐT, cùng khóa 24 SQTBTĐ với LH
2- Tên thành phố Đà Nẵng thời Pháp thuộc
3- Họa sĩ Bernard Buffet (1928-1999) người Pháp.
4- Tên một tuần báo chuyên về điểm sách giới thiệu sinh hoạt VHNT tại Sài Gòn
5- ĐTBH một bút hiệu của LH thập niên 60
6- Họa sĩ Trịnh Cung hiện ở California
7- Tác phẩm nổi tiếng của ĐT
8- NMT, nhà thơ và biên khảo, hiện ở California

ĐINH CƯỜNG

muốn bắt chước bạn quý
mua dao, cọ, sơn dầu...
bày giá góc hiên nắng
phơi tóc vẽ đất trời

ngặt vật liệu quá đắt
sức mình không đủ chơi
đành chọc mươi ông bạn
nguệch ngoạc con chữ thôi

nhân dạng gồm: tai, mắt,
mũi, miệng, đầu, chân, tay,
cổ, ngực... lần xuống nữa
điểm nhấn rừng cỏ may

vẽ ông, thật không dễ
dù dung nhan thuộc rồi
nhắm mắt lại còn nhớ
tâm, dạng ông sáng ngời

với nét thảo thứ nhất
(vạn sự khởi đầu nan)

xin thể hiện khuôn mặt
của một người thanh nhàn:

lông mày ông khá rậm
nhưng chưa quá huê tình
lòng mắt luôn chứa đọng
cảnh sắc cõi nhân sinh

mũi ông thuộc loại đẹp
biểu thị sự thành công
ăn ý cùng môi miệng
thở hít những thật lòng

tôi lưỡng lự, tự hỏi
nếu thử thêm dòng râu
quanh má và cằm dưới
tăng hào hoa đến đâu

ông vẫn nhả mây trắng
qua ống pipe cả ngày?
nhan sắc của mỹ nữ
có đến từ khói bay?

mỗi bàn tay năm ngón
hoa có mọc đều không
mà sao mỗi đường nét
ông thả xuống tỏa thơm

đất trời Thủ Dầu Một
sinh ông ra tình cờ
hay có sắp đặt trước
cho hội họa và thơ?

"nghệ thuật sống riêng biệt..."
ông suy nghiệm rõ ràng
biết mình được cứu rỗi
trong từng phút huy hoàng

tranh ông thật đa dạng
giá trị thật tuyệt vời
không phải tôi nhận định
đánh giá của nhiều người:

(từ những Huỳnh Hữu Ủy
Thái Tuấn, Đỗ Quý Toàn,
Du Tử Lê, Bùi Giáng,
Bửu Ý, Trịnh Công Sơn...)

tạo hình mỗi tác phẩm
ông lấy hứng từ đâu
chắt lọc từ cuộc sống
nuôi tâm tưởng sắc màu?

ngu ngơ hỏi ngớ ngẩn
mong ông thầy đừng cười
tôi không học Đồng Khánh
được ông dạy nên hơi...

yếu khả năng thẩm mỹ
nhưng mê tranh ông nhiều
nhất là tranh thiếu nữ
lộng lẫy nét tuyệt chiêu

khỏa thân hay đoan chính
dưới tay ông đều thơm
tưởng như từng nhan sắc
đều đã được ông hôn

điều này dù không chắc
nhưng tất cả có hồn
và từ linh hiển ấy
tôi thấy mình bên trong

cuộc sống tôi hạnh phúc
một phần nhờ bạn bè
có ông trong đám ấy
khá giống tôi, lè phè

(nhà tôi có lắm cửa
dù như ổ tò vò
tôi đặt cho mỗi cửa
một tên gọi thơm tho:

Song Thao cửa phòng sách
Đinh Cường cửa ra vườn
Hồ Đình Nghiêm cửa bếp
Luân Hoán cửa ra đường...

mỗi vị trí thuận lý:
anh phiếm cần sưu tầm
anh vẽ mê cây lá
anh viết quen trầm ngâm

tôi thủ tên cửa chính
để khỏi ai so bì
dĩ nhiên còn vài cửa
phải dành cho nữ nhi)

vẽ ông thật lếu láo
lạc đề mấy đoạn rồi
cũng cốt để ông hiểu
cái tình hời hợt tôi

ông ưa đi đây đó
có cơ hội để đi
bày tranh khắp thế giới
giữ đời mãi xuân thì

với ông, nhất: hội họa
thứ nhì là bạn bè
năm châu ông đều ghé
chẳng thấy em cặp kè!

dù bao nhiêu mỹ nữ
nhập tâm ông sớm chiều
cũng không bằng tình áo
Nhung bọc thơm tình yêu

tôi là người phàm tục
xúi ông vẽ khỏa thân
ông cho "... em lên ngựa"
thanh thoát trong phong trần

bìa sách tôi nhiều cái
được hưởng hương từ ông
đã thế còn thúc hối
chẳng biết sợ mích lòng

này ông Tổng Thư Ký
họa sĩ Trẻ Sài Gòn
có buồn, tôi xin đãi
chầu bia solid gold

bây giờ đã đến lúc
tôi làm bìa cho ông
thi phú ông giàu quá
có định in chơi không?

ĐỖ DUY NGỌC

tên gọi thành tính cách
của người mang quí danh?
ông là Đỗ Duy Ngọc
đời phải đẹp như tranh

Quảng Bình đất mở mắt
Quảng Trị đất dừng chân
Đà Nẵng tạm cư ngụ
Huế, Sài Gòn thành nhân

qua Sư phạm đại học
thơm tay tình văn khoa
chữ viết cõng vốn sống
từng trang truyện mượt mà

không ngớt mê nghệ thuật
có duyên cùng Paris
tu nghiệp và thành đạt
thời em tóc demi

nhiếp ảnh cùng hội họa
theo ông gần suốt đời
để thêm thú sưu tập
nâng cao đời tuyệt vời

tôi khoái những tranh liễng
các máy ảnh lồng chim
tẩu thuốc đồ sành sứ
ông khổ công săn tìm

trong gia tài đồ cổ
nổi bật nhất đồng hồ
đọc ông Triệu Xuân viết
chợt đâm ra ngẩn ngơ

hóa ra ông lãng mạn
mê vật hơn mỹ nhân
những thất tình tuyệt đẹp
tôi lây niềm lâng lâng

muốn học ông cung cách
lắng lòng nghe thời gian
từng bước nhịp đời thở
mỏng mảnh thoáng nhẹ nhàng

ông nghe ra được tiếng
tĩnh vật đang thầm thì
tiếng động từ vật tĩnh
trong chết, sống thần kỳ

đi cùng trời cuối đất
lừng lững về quê nhà
không tính chuyện được mất
ngất ngưỡng cõi vespa

trong dòng chảy đời sống
xã hội không đáng vui
đủ bao dung độ lượng
nhập vai như mọi người

lạc quan nhờ kiến thức
thảnh thơi nhờ yêu thương
hít thở trong sáng tác
tẩy bớt vết phiền buồn

vẫn đọc và vẫn viết
tác phẩm không hẳn là
những hình thức cụ thể
mà mở lòng thiết tha

đọc ông như được gặp
một nhân chứng mỗi ngày
một quan tòa từng chuyện
sáng tư duy trình bày

không hời hợt chỉ trích
không châm biếm xỏ xiên
giọng phê bình điềm đạm
với văn phong có duyên

từ chuyện cô ca sĩ
đến chuyện đá bóng tròn
chuyện xin giấy thị thực
cuộc sống đáng buồn hơn

khen ông chỉ chừng ấy
thiếu thừa tùy mỗi người
cùng ông sống chung cõi
thiên đường giàu ngậm ngùi

rất vui được thưởng ngoạn
phác họa chân dung người
năm trăm nét nghệ thuật
qua ông thêm sáng ngời

tôi, ông chưa được gặp
quen biết qua xã giao
chớp nhoáng trên mạng ảo
nhưng không hề tầm phào

xưng hô hơi khách sáo
nhưng đã là điểm chung
cho hết thảy bài viết
lòng nắn từng chân dung

còn viết còn nói được
tiếng Việt mến yêu này
chúng ta là bằng hữu
dù tay chưa nắm tay .

ĐỖ KH

khá lâu không liên lạc
ngao du hay đi tu
trong ngục tù ẩm nóng
dành riêng nhốt chim cu

vẫn viết vẫn chụp ảnh
lột truồng chân tướng đời
thường trực chiến tranh lạnh
giữa đạo đức vui tươi

thử làm cái so sánh
chớp nhoáng và dở hơi
đủ để hiểu tình bạn
giữa nhân tài và tôi

thơ ông xịn, mới rợi
thơ tôi cùn tả tơi
nhưng chắc cùng tâm trạng
vừa nghiêm chỉnh vừa chơi

ông thường dụng chữ tục
tô tỉa hình ảnh thanh
tôi vẽ đời dung tục
bằng ngôn từ hiền lành

tôi, ông thường gặp chỗ
tự nhiên của con người
hầu hết những mầm sống
hiện diện, năng tới lui

nhiều người giàu đạo đức
đánh giá: thơ ruồi bu
có thể rất chí lý
cu mu đều ba xu!

tôi kính Chúa, trọng Phật
nhưng khoái thờ chính mình
ông chắc nhiều tín ngưỡng
ưu tiên suy tôn mình

nhớ xưa có một dạo
với Linda Mặt Ngang (1)
ông được vài dạy dỗ
càng tăng thêm vẻ vang

thực tâm ai không khoái
mấy món đồ phụ tùng
của tình yêu tình ái
sợ phạm húy ngại ngùng

tiện đây vẽ thân thế
sự nghiệp ông thử coi
một người mọc nhiều rễ
có đủ chuột đủ voi

ông xuất thân Bắc Việt
chính danh đất Hải Phòng
khi vào Nam đổi gió
có nhớ đốt phong long?

gia đình vốn chuộng Pháp
học Jean Jacques Rousseau
mười bốn tuổi du học
xứ Victor Hugo

may không thành thầy giáo
dạy những lolita
đành lận túi cao học
khoa học xã hội và

tự dưng trở về nước
đăng làm lính Quốc Gia
bóp cò chỉ bóp đại
nên đành bỏ nước nhà

xách súng qua Beyrouth
rồi Sarajevo
nơi nào cũng thắm thiết
đêm đêm vẽ bản đồ

đời ông giàu sinh động
khó vẽ hết ba đào
muốn gọn gàng "túm" lại
lọng cọng thành tào lao

ông ở Tây, ở Mỹ
đi Ấn, Tàu tứ tung
cọ xát cùng thực tế
nên sức viết thật sung

khởi đầu bằng điện ảnh
trong một chín tám hai
*Lebanon, Chuyện-Kể-
Mùa Hè* chắc khó phai?

đến *Bến Tạm Hương Cảng* (2)
tạm cho đến bao giờ
đã lần nào nằm kéo
dọc tẩu như thuốc lào?

ông quấy đời cầm bút
bằng *Cây Gậy Làm Mưa*
cây gậy này tôi có
nhưng chỉ mưa vừa vừa

mê *Thơ Đỗ KH* (đỗ ca hát)
không thiếu những chân dài
mỹ nhân thích soi mặt
ngó lại mình đúng sai

Có Những Bực Mình, Tức-
Không Thể Nói thật à
nên dán theo hình ảnh
cho tăng vẻ đậm đà

riêng tôi thấy lý thú
với *Ký Sự Đi Tây*
đọc những màn ông tả
chợt khờ như thằng ngây

Không Khí Thời Chưa Chiến
ai cũng vậy mà thôi
mượn chữ ông nói bậy
tôi quả thật ba trời

rồi *Gừng Đi Bỏ Phiếu*
cay xé nỗi tình người
chữ nghĩa thêm lẫm liệt
được tune-up tới nơi

có lần ông cù rũ
tôi đề thơ theo hình
ông lành tay chụp ảnh
ẩn dụ trong hữu tình

khen ông mà tôi sướng
lắm người ghét chửi thề
ngứa lỗ tai một chút
miễn là mình thấy phê

ông tuổi đời còn nhỏ
đó là so với tôi
nhưng vốn đời đã bộn
cũng chỉ đọ riêng tôi

hôm nay mưa đã tạnh
tám giờ sáng tôi ngồi
không cà phê thuốc lá
đang nhớ rất nhiều người

trong đám mờ nhân ảnh
có bạn thơ Đỗ Khiêm
ông thân thằng này chớ?
hắn, ông cùng trái tim!

hắn chừ đang du hí
chân gác lên mấy người
thi tứ thú vị hóa
nhớ thay luôn suất tôi

có chụp được hình ảnh
đội cái chi trên đầu
nhớ cho tôi phần ruột
làm lá bùa đeo chơi

---

(1) tên một bài thơ của Đỗ Kh đăng trên tạp chí Hợp Lưu
(2) chữ nghiêng: tên các tác phẩm gồm phim và sách của Đỗ Kh

ĐỖ NGHÊ | ĐỖ HỒNG NGỌC

tại thế thêm một người
lấn hơn tôi mấy tháng
biết được, vui quá vui
bằng chứng mình còn trẻ

nhìn ảnh, ông mạnh khoẻ
cộng với nét bô trai
cốt cách vị bác sĩ
hiện rõ ra bên ngoài

bên trong vẻ phúc hậu
ẩn chút xíu ba trời
đủ để thành thi sĩ
hết mình với cuộc chơi

làm thơ với bút giấy
đôi khi cũng không cần
chữ nằm trong bộ óc
thơ nằm trong cái tâm

không rõ ông quen viết
thơ văn vào lúc nào
khi chờ em tan học
lúc đợi qua mưa rào?

coi kìa, tôi lẩm cẩm
thơ văn đến tình cờ
hoặc giả có chủ ý
cũng khởi từ ước mơ

bàn viết dù không có
đâu thể làm khó thơ
tôi biết ông từng viết
tại phòng mạch, bất ngờ

Tình Người năm sáu bảy (1)
Thơ Đỗ Nghê bảy ba
Giữa Hoàng Hôn Xưa mở
Vòng Quanh nụ thiết tha

gói tài hoa lãng mạn
*Thư Cho Bé Thư Sinh
Và Những Bài Thơ Khác*
lấp lánh ngát chân tình

người cõng thơ phơi phới
bay qua ngõ ngách đời
thơ cho người ân sủng
giàu một đời thảnh thơi

lẽo đẽo cùng nghệ thuật
nguồn dinh dưỡng tinh thần
thấm ngòi bút uyên bác
truyền máu cho thế nhân

khó kể hết tác phẩm
giúp người và để đời
phân phát những kiến thức
dễ hiểu và tươi vui

đích thực ông bác sĩ (2)
ăn nằm với nhà thơ
tràn đầy tính nghệ sĩ
cùng tình đi phất phơ

tôi biết ông lâu lắm
từ hồi còn hành quân
lận Bách Khoa, Ý Thức...
cồm cộm túi ống quần

bởi tôi tính nhút nhát
rất kém tài xã giao
nên nhiều bạn giới thiệu
vẫn ngại ông làm cao

mấy năm gần đây nhất
ông họa sĩ tên Rừng
cho tôi xem tấm ảnh
có ông đứng chụp chung

nhìn ảnh nhận chân tướng
ông tầm vóc trung bình
phương phi có da thịt
khuôn mặt rất đa tình

thời thanh xuân bay bướm
bỏ túi nhiều cuộc tình
bây giờ không xuống tóc
cũng nằm ngậm câu kinh

điều tôi đoán chắc trật
ông bao dung mỉm cười
xin nhắc nhỏ bà chị
chăm giùm ông anh tôi

ông anh mang tên thật
lấp lánh ngọc màu hồng
hẳn ông muốn sống mãi
bên cạnh những mỹ nhân

về ý nghĩa bút hiệu
tôi nghĩ hoài không ra
Nghê là một linh vật
trên đỉnh thờ trong nhà? (3)

coi kìa tôi lẩm cẩm
như bà Tám mất rồi
cần cô đọng chính xác
thế mà cứ lắm lời

vẽ ông tôi liều mạng
phóng bút đi một hơi
vì tin tình bè bạn
quen biết đã thân rồi

đêm nay là mùng một
trời mưa thiếu ánh trăng
chân dung ông tôi vẽ
vẫn ngát hương chị Hằng

sẽ rủ Trần Vấn Lệ
về thăm ông ít tuần
vẽ sai mời ông đánh
tôi dọn sẵn cái lưng

---

mùng một tháng tám, 16-9-2012
(1) một số tác phẩm nghệ thuật đã xuất bản
(2) thi sĩ trổ tài thơ trước khi tốt nghiệp bác sĩ tại Đại học Y Khoa SG năm 1969
(3) bút hiệu Đỗ Nghê được ghép từ hai họ song thân tác giả

ĐỖ TRUNG QUÂN

trong lòng mỗi phác họa
gắng vẽ nhiều góc người
tâm thức cùng nhân dạng
sự nghiệp và cuộc đời

ôm đồm quá liều lĩnh
khó tránh những vụng lời
hy vọng ông dễ tánh
cho phép tôi dựa hơi

báo trước chắc ông nể
dù nhiều khi không vui
tốt nhất là "tiền trảm
hậu tấu" rồi cười trừ

nhìn ông thấy ngay được
từng góc cạnh *quê hương*
bướm vàng, con diều biếc
chùm khế ngọt, sân trường

mẹ qua *cầu tre nhỏ*
nón nghiêng che tóc mềm

bọc hương trong áo vải
thả theo tình lênh đênh

đêm hè *hoa cau rụng*
nằm đếm giọt *mưa đêm*
chưa yêu đã vội nhớ
một chút gì của em

nhìn ông thấy đủ cả
hoa bí, giậu mồng tơi
tóm lại cụm quê cũ
ông bứng trồng trong lời

đọc thơ mau nước mắt
chợt thấy tủi phận người
tôi ở xa lăng lắc
đâu dễ không ngậm ngùi

không buồn gì ông cả
thở phào biết ăn theo
ông chân mạng thi sĩ
lòng dạ thật trong veo

tôi khoái ông thật sự
ở cái giỏ *phượng hồng*
cứ y như ảnh chụp
cái tôi thời trời trồng

thằng nào không thế nhỉ
nhưng ông trội rất nhiều
đúng tim đen tất cả
khi mới lạng quạng yêu

sự ngưỡng mộ "tăng tốc"
qua *Tạ Lỗi Trường Sơn*
ông giúp cho tôi lớn
thêm một khúc tâm hồn

gần đây phải thú thật
ái ngại khi nhìn ông
xuống đường chống Tàu cộng
không có gậy tầm vông

thân thể ông gầy thật
nhưng ý chí, tấm lòng
chưa đủ ngàn cân nặng
đã vô cùng mênh mông

nhiều bài thơ ông viết
với tất cả chân tình
vài bài tôi mượn tạm
dán lên trang riêng mình

đương nhiên cuối bài viết
hẳn hòi Đỗ Trung Quân
đứng điềm nhiên suy tưởng
thách thức trong ung dung

đọc lời khen ca sĩ
hát rặt giọng quê tôi
mừng ông cho Ánh Tuyết
những nhận xét tuyệt vời

thật ra không lạ lắm
người tinh tế như ông

đâu là chân nghệ thuật
đã nằm sẵn trong lòng

thua tôi mười bốn tuổi
ông làm thơ tưng bừng
không căn cứ số lượng
ngẫm cái phẩm lận lưng

tiếc, *Cỏ Hoa Cần Gặp*
tôi chưa đọc được nhiều
để hít thêm tinh túy
ngất ngưởng cùng thơ phiêu

vài lần nghe ông nói
sôi nổi trên tivi
dặn lòng nếu được gặp
ngắm rõ thêm tứ chi

sẽ cầm tay ông ngắm
những đường chỉ tài hoa
xem thử đường bổn mạng
khỏi đoán non đoán già

mái tóc dài quăn quắn
lộ bản tính chịu chơi
ngày ông chơi mấy cữ
cà phê không ôm người?

ước gì sẽ có bữa
được ông đưa chào hàng
với lề đường góc phố
ngồi chồm hổm mơ màng

tôi mất mẹ, mười sáu
ông mất mẹ, mười lăm
tôi giàu có bụi bặm
ông nhiều ít thăng trầm?

không biết đường gia thất
ông có được hanh thông
chắc không đến nỗi chở
suốt đời giỏ phượng hồng

ông yêu nhiều phải biết
cũng nhiều người yêu ông
tôi đoán chính xác vậy
trông mặt bắt bộ lòng

suy từ tôi, tôi biết
những anh vóc gầy gầy
có thể là lụt lịt
nhưng đáng mặt ông thầy

tuy chưa là bằng hữu
vẽ, cân nhắc khó đùa
nhưng dẫu sẽ thân thiết
có lẽ cũng chịu thua

vẽ ông chỉ hai chữ
thi sĩ là đủ rồi
dù gặp hay không gặp
Vuông Chiếu mời ông ngồi

ĐỖ QUÝ TOÀN

ông Đứng Vững Ngàn Năm
ngay trên Cỏ Và Tuyết
kể chi những mặt bằng
giàu Nàng thơ diễm tuyệt

với tinh thần sói con
vững bước lên huynh trưởng
ông tự tại lập thân
hướng đời theo lý tưởng

từ Bắc Ninh xa mù
vượt rừng đèo sông suối
vốn sống dần thặng dư
ông chia cho sông núi

vạn vật trân quý ông
san sẻ cho vốn liếng
tài hoa cùng rộng lòng
có miếng và có tiếng

trong lãnh vực văn chương
Đỗ Quý Toàn thận trọng
thơ đầy nguồn yêu thương
vẫn hạn chế cô đọng

ông lạ hơn nhiều người
Tìm Thơ Trong Tiếng Nói
tinh tế cả khi cười
minh mẫn trong nhịp thở

ngành giáo dục có ông
Toàn Đỗ thật sáng giá
Chu Văn An Sài Gòn
McGill... Gia Nã Đại

ở Concordia
ông có riêng phòng nhỏ
ngồi ngậm pipe phì phà
nghe gót hồng qua phố

với chính trị, kinh doanh
ông là Ngô Nhân Dụng
"thằng em ngon hơn anh"
ông ví von khá đúng

rồi Đạo Cấy viết phim
Vương Hữu Bột ký giả
trong bất cứ vai nào
ông xuất sắc tất cả

biết ông thời Ngàn Khơi
Phổ Thông dò dư luận
quen ông sau đổi đời
tôi ngồi thiền không vững

trong tịnh thất nhà ông
nhiều lần tôi đến viếng
nghe Phạm Duy bềnh bồng
nhìn Thái Tuấn linh hiển

có quá nhiều kỳ nhân
thăm ông tôi hưởng ké
mới rõ mình cù lần
im re không hó hé

tôi quan sát sơ qua
ông này rồi ông nọ
xong nhìn kỹ chủ nhà
yên tâm ngồi hóng gió

ông nhân hậu hay không
tôi không giỏi đoán tướng
nhưng rõ người từ tâm
tha chết đến con muỗi

(chuyện thật trăm phần trăm
Hồ Đình Nghiêm tâm đắc
thay vì đập cho xong
ông bắt thả ra cửa)

riêng tôi khoái nhiều điều
của một người cốt cách
học rộng và biết nhiều
hiểu đời và quý sách

tôi cũng như Song Thao
phục ông tài diễn thuyết
dù ở đề tài nào
cũng thao thao bất tuyệt

không giấy nói vẫn hay
bất thần vẫn lưu loát
chính xác từng vấn đề
rành mạch kề hoạt bát

mới đây tôi biết thêm
ông ngoài mê cái cổ
cũng rất thú vị xem
sự đời còn lắm chỗ

ông khuyến khích anh em
tập khí công đi bộ
cùng Bắc Phong bàn thêm
cho tuổi già sinh lộ

tôi phục Võ Kỳ Điền
Hán rộng, chợt bỡ ngỡ
ông không thua chi Điền
Hán, nôm cùng điển tích

với Đứng Vững Ngàn Năm
sách in vừa ráo mực
ông về đất cũ thăm
lại đãi anh em nhậu

tôi ngồi ăn hết lòng
nghĩ buồn buồn chút đỉnh
theo lệ chúng tôi bao
mới hợp tình đúng điệu

muốn vẽ chân dung ông
không phác họa nhân dạng
chỉ toàn nói dông dông
tôi quả nhiên liều mạng

nhưng xét cũng đúng thôi
ông Toàn ai chẳng biết
đọc được chữ Việt Nam
là gặp ông, thứ thiệt

vẫn ống pipe trên tay
cái mũ nồi trên tóc
nghỉ dạy vẫn làm thầy
cuốn hút lời rao giảng

ĐỖ TRƯỜNG

nhìn ba chớp bảy nhoáng
vội dụi mắt, mỉm cười
ông không phải thằng bạn
đại tài phú của tôi

vóc dáng khá đồng dạng
mặt mũi cũng hao hao
mái tóc và ria mép
rất gần gần bản sao

khác nhau ở gốc gác
ở thời khắc vào đời
một người Nam Định mọc
một người đất vua ngồi

thật ra cùng ngôn ngữ
dù bất cứ ở đâu
giọng trầm hay giọng bổng
vẫn ruột thịt cùng nhau

đã vài thời bi đát
đâm bắn nhau qua rồi
chừ quyết không cho phép
chia dân tộc làm đôi

tôi mê trời đất rộng
tôi quý quyền làm người
bạn tôi, ông, cũng vậy
chúng ta giúp nhau cười

ông hãy còn ít tuổi
so với hai chúng tôi
nhưng thật ra chưa hẳn
ai hơn ai ngậm ngùi

với nguồn cội bề thế:
nội: địa chủ một thời
ngoại: thuộc dòng khoa bảng
thân thế ông tuyệt vời

tốt nghiệp ngành sư phạm
học ngoại ngữ, văn khoa
bỏ ngang đi lao động
tận Đức quốc mù xa

bị đẩy đi bán sức
vịn lao động vươn vai
nhờ mê đọc ham viết
sớm mát tay văn tài

hăm bảy năm cố thổ
ngó lại trống rỗng lòng

hăm tám năm biệt xứ
bạt mạng run tay cầm:

"Không Bao Giờ Thành Sẹo"
vết lưu vong lặn đâu?
dân tộc bán lao động
sẹo buồn là nỗi đau

luyện chai lì tình cảm
không gì hơn văn chương
ông níu tay tác giả
vẽ đời văn, đời thường

tôi cũng được ông luận
khen chê thật đề huề
mừng ông vượt kỳ thị
nam bắc thật chỉnh tề

nghề phê bình đang hiếm
trong văn chương Việt Nam
mong ông vững tay viết
không vội tìm vẻ vang

quen ông qua ảnh chụp
hiểu sơ qua trang văn
tôi mừng tôi thêm bạn
tươi rói như vầng trăng

vẽ ông không trả lễ
mà thật sự tỏ lòng
mến mộ một tay viết
có chuyên mà không hồng

dù đã chuyển quốc tịch
hay còn đời lông bông
hoài bão ông tôi biết
không phai nét Lạc Hồng

mỹ nhân trời Đức quốc
đương nhiên là chân dài
ông tầm vóc tuyệt vậy
có từng ai sánh vai?

mê sách và ham viết
sống còn nhờ mê tình
thấy ông ngồi bên rượu
yên tâm vẽ linh tinh

ông nhìn ông không giống
xin chớ vội trách tôi
vẽ ông tôi chỉ dụng
cái tâm mà vẽ người

cảm ơn ông, người mẫu
xưng "ông" là nét chung
một chọn lựa đồng nhất
phác họa Tâm Chân Dung

đừng lấy đó mà ngại
bỗng dưng bị già đi
tôi tin mươi năm nữa
ông vẫn còn xuân thì
(2014)

HÀ NGUYÊN DŨNG

Quê Tình, Hà Thượng Mật
mang "Hột Muối Bỏ Sông"
chút lòng thơ tưởng mất
hóa ra vẫn bềnh bồng

"Cửa Đợi Sông Hoài" đó
người chịu về hay không
chân gà loạn luống cải
mở ra những trang lòng

đang rực rỡ thi bút
sao trời bắt ngã ngang
tôi không tin rằng bạn
ốm đau mà đầu hàng

thường thường trong cơn bệnh
thi hứng giàu thêm ra
bạn cũng giống tôi chứ
lạ, không thấy tà tà

hay không yêu em được
thơ thẩn thành vô duyên?
xin được nhắc nhở bạn
tình yêu là thuốc tiên.

HÀ NGUYÊN THẠCH

hồi còn học chung trường
ông hơn tôi một lớp
cả hai cùng "phi thường"
biết nín thinh dựa cột

(phi thường hay tầm thường
tôi nói dóc cho sướng
bởi cũng chẳng khiêm nhường
mấy thằng ưa làm tướng)

ông thì còn ngo ngoe
kịch cọt và ca hát
tôi hoàn toàn im re
chỉ nhìn lưng với gót

vì thế không biết nhau
phí một thời đấu hót
đâu ngờ mấy năm sau
thành bạn bè ấm ngọt

ông và Đynh Hoàng Sa
lúc này đã một cặp

thơ văn chơi sa đà
báo thủ đô tới tấp

hai ông ghé thăm tôi
thời tôi nuôi cá đá
và tập tễnh chơi cu
bỏ hẳn trò chơi ná

ông, tôi, Đynh Hoàng Sa
gần cùng một tầm vóc
ông hơn chút thịt da
tôi rõ là còi cọc

tôi sinh vào tháng giêng
ông ra đời tháng sáu
hai đứa cùng một niên
thua Hương Qui hai tuổi (1)

ba anh em chúng ta
không mi tau thân mật
xưng tên và gọi ông
lịch sự như bô lão

có lúc chơi chữ "mình"
đi kèm với chữ "cậu"
may thời đó chưa linh
chuyện đồng giống luyến ái

ông ra trường làm thầy
khởi từ đại học Huế
vào Quảng Ngãi bén cây
xanh um cành mạnh rễ

nhờ luyện giọng mỗi ngày
cùng bảng đen phấn trắng
ông ca hát khá hay
nói trầm ngọt sâu lắng

bởi tắm trong văn chương
ông điêu luyện ngôn ngữ
học trò lắm em thương
nhất là dân trường nữ

khó lòng không mê ông
một nhà thơ bay bướm
mỗi chữ mỗi hoa hồng
mỗi câu như vàng nén

tôi khen có quá lời
nhưng cũng đúng sự thật
gia tài ông để đời
chứng minh đâu dễ trật

hồi tôi còn dân thường
nhà ông tôi túc trực
mỗi khi ông rời trường
về thăm nhà dưỡng sức

bố già ông rất nghiêm
nhiều khi tôi thấy ngán
giảm bớt ngủ lại đêm
ít nghe ông mớ sảng

ông có người anh trai
làm ban tư lính chiến
thỉnh thoảng ông rỉ tai
khi tôi chưa trình diện

Quảng Ngãi lúc bấy giờ
tôi có nhiều bè bạn
ông, Quí, Nghĩa, Vương Thanh,
Dũng, Lân, Phan Như Thức... (2)
tôi dụ thêm vài thằng
cùng về đó nhập bọn

cuộc sống vui thật vui
thằng dạy thằng đánh giặc
làm báo và làm thơ
cùng làm... trời lặt vặt

khi tôi ngã ngựa rồi
ông làm phó chánh sở
cưới vợ và sinh con
vững vàng đời hạnh phúc

đâu ai biết thăng trầm
từ sang trang lịch sử
tôi, ông trôi riêng dòng
vẫn thân thiết bằng hữu

tửu lượng ông vốn cao
càng cao thêm đau khổ
tôi biết ông nhiều lần
uống rượu cùng lệ đổ

tôi, ông, Đynh Hoàng Sa
hôm nay đã cách biệt
tôi bỏ nước đi xa
Quí càng xa hơn nữa

ông vẫn giữ nếp nhà
dù góc ngồi đã đổi
mừng ông vẫn khề khà
rượu thơ bóng đối bóng

vài lần gọi thăm ông
buồn không sao tả được
có nợ nhau gì đâu
nhưng tôi ứa nước mắt

ơi bạn Nguyễn Văn Đồng
có đang ngồi với rượu
uống giùm tôi một dòng
có thơ ông trong rượu

tôi chết, không có ông
ông đi, tôi vắng mặt
chúng ta bạn chí thân
ở đâu cũng sẽ gặp

nhớ nhau cùng nhớ nhau
Montréal đang nắng
mưa đang phủ Vũng Tàu?
nắng mưa biết hò hẹn?

ngày xưa ơi ngày xưa
mới đây tóc đã trắng
tôi thức ông ngủ chưa
ông hay tôi tằng hắng?

03-12-2012

---

ghi chú:
Hương Qui, bút hiệu khác của Đynh Hoàng Sa, tên thật Đinh Văn Quý, sinh 1939. giáo sư Trần Quốc Tuấn, đã qua đời.
Lê Văn Nghĩa, cựu thiếu tá chi đoàn trưởng thiết giáp, hy sinh tại mặt trận Quế Sơn, bút hiệu Tô Yên.
Huỳnh Bá Dũng, cựu đại úy ban 3 sư đoàn 2, hy sinh tại Quảng Ngãi (tết Mậu Thân)
Trần Hữu Lân, trung úy ban 4 sư đoàn 2
Vương Thanh tên thật Trần Hữu Huy, trung úy, trưởng đảo Lý Sơn, đã qua đời.
Phan Như Thức, tên thật Nguyễn Văn Minh, thiếu úy, biệt phái tòa tỉnh Quảng Ngãi, đã qua đời.

HẠ QUỐC HUY

là Hà hay là Hạ?
Hạ nghe bảnh hơn Hà
tôi từng quen biết Hạ
chưa mấy khi nghe Hà

biết, quen hồi... lâu lắm
tuy quá thời tắm truồng
nhưng cũng rất ấn tượng
người hiệp sĩ bụi đường

ngày tôi chưa giải ngũ
có lần ghé thăm ông
phòng làm việc thiếu úy
ngon hơn phòng quận công

ngoài súng gươm các thứ
đồ chơi của nhà binh
ông còn móc áo đấu
đai đẳng cấp của mình

dĩ nhiên không hề thiếu
những tranh ảnh tuyệt vời
sáng rực những họa phẩm
ông sáng tác để đời

tôi nhìn đi ngắm lại
thấy thiếu thiếu cái gì
ông hừng hực võ sĩ
sao vắng dáng nữ nhi?

lẽ ra cũng nên có
vài tấm playboy
dù thời đó lấp ló
loáng thoáng chồi cỏ may

muốn gợi ý sẽ tặng
vài hình ông treo chơi
sợ cho thiếu đứng đắn
nghĩ trong bụng, thầm cười

nhắc lại kỷ niệm vụn
để thấy chưa đủ thân
giao hảo không thủ thế
nhưng lịch sự luôn cần

ông thành danh võ sĩ
vóc gân guốc xương xương
tính ngang ngang lập dị
không quen, nhìn khó thương

ông danh thành họa sĩ
trừu ấn tượng đâu đâu
sắc màu phơi ý tưởng
thật khó hiểu nông sâu

tôi khiêm nhường kiến thức
võ thuật và vẽ tranh
chỉ chuyên việc thẩm định
nhan sắc những xuân xanh

từ đó tôi thơ thẩn
thành cả đời mê thơ
với ông tôi tâm đắc
những tài hoa về thơ

ông làm thơ tuyệt lắm
từng hơi chữ có tình
đủ cao ngạo lỉnh kỉnh
thừa lãng mạn linh tinh

mê đời thực hơn mộng
ông gặt hái huy chương
bằng cước quyền, hội họa
thơ như gái qua đường

ông hoàn toàn có lý
in sách dạy võ chơi
còn hơn in thi phẩm
ký tặng còn thiếu người

sau ngày Mỹ tự cút
ông vượt ngục thành công
điều đó càng chứng tỏ
uy lực một mãnh long

gặp lại trên đất Mỹ
vẫn cốt cách thật ngầu
Land Rover như ngựa
tiếc, thiếu bụi đàng sau

bắt tay, cười, gục gục
thấy Đà Nẵng của mình
quán Quỳnh Châu, quán Rách
ấm áp biển Thanh Bình...

ngày xưa tuy đã mất
cảnh cũ trong lòng người
tôi nghe và ông thấy
mồn một trong tiếng cười

chúng ta lớn thấy rõ
nhưng chẳng già bao nhiêu
còn làm dáng làm điệu
và sẵn sàng dập dìu

ông Hà hay ông Hạ
tên thật ông thế nào
tôi chưa biết chính xác
nhưng mà đâu có sao!

HẠC THÀNH HOA

Một Mình Như Cánh Lá
Ẩn Trong Nỗi Buồn Vàng
Khói Tóc chợt xao động
Phía Sau Một Vầng Trăng

nguyệt rạng từ Thanh Hóa
Cao Lãnh sáng ánh thơ
hồn trải trên bờ đá
hơi thở ấm hư vô

vóc lượng đời nhà giáo
vun đắp đời nhà thơ
tình thoát khỏi ngực áo
lơ lửng đến bao giờ

hạc vàng thời Thôi Hiệu
linh hiển đã hóa thân?
Nguyễn Đường Thai thành nụ
Hoa ngát hương phong trần

ông, tôi cùng trang lứa
chắc cũng lắm nợ nần
với các o tóc lụa
mắt đăm đắm lá răm

mừng ông qua biến đổi
vẫn trăng thơ đầy lòng
đời dẫu nặng năm tháng
vẫn trẻ măng, thong dong

HOÀI KHANH

Đặng Tiến chợt muốn khóc
gặp "nỗi buồn chính mình"
ngay sau khi được đọc
dòng trầm tư Hoài Khanh

nhà phê bình tin chắc
nếu "thượng đế hữu hình"
ngài cũng phải rơi lệ
theo dòng chảy nhân sinh

riêng tôi đã không khóc
đọc tấm lòng Hoài Khanh
nhưng lửng lơ trôi nổi
theo nguồn thơ chân thành

trọn nỗi buồn thế kỷ
ông không vác trên vai
tâm sự được sắp lớp
qua âm điệu ngút dài

tiếng tình là hơi thở
của thế hệ chúng tôi
không cần tỏa thuốc súng
không cần sơn máu tươi

dòng sông ông "ngồi lại"
"dĩ vãng" ông mến thương
bất tử và đồng nhất
nỗi-buồn-chung-vô-cùng

tôi mê sự bất lực
trước những điều hiển nhiên
"lẩn trốn" để tồn tại
linh thiêng một nỗi niềm

có được yêu và hận
mới đích thực con người
để được sống và chết
phải có riêng cái-tôi

Hoài Khanh thật tuyệt diệu
sống đúng đời sống ông
một người được hít thở
giữa bi hận long đong

ông đam mê cái đẹp
khắc khoải những nguyện cầu
an phận không an mộng
vùng vẫy tìm cuộc chơi

từ sắc màu dân tộc
mênh mông thăm thẳm sâu
kiếp người dân nhược tiểu
vang vọng mãi về đâu

thơ nghiêng qua triết lý
phảng phất mùi hương thiền
đời còn không chiếc bóng
hồn lắng về an nhiên?

tôi chưa quen ông thật
nhưng biết ông hơi nhiều
không chỉ qua Bùi Giáng,
Phạm Công Thiện... (còn nhiều...)

vẽ ông ra đôi nét
dễ mà khó vô cùng
cái tài hoa vô dạng
cái hồn thơ mông lung

dĩ nhiên rất sung sướng
vói tay chạm ông chơi
vài năm trước ông nhắn
dặn gì? chợt quên rồi

từ *Dâng Rừng, Thân Phận*
qua *Hương Sắc Mong Manh,*
Trí Nhớ Hoang Vu, Khói...
tôi vẫn gặp Hoài Khanh

nhà thơ không có tuổi
nhà thơ chỉ có tình
mây trời mang em mất
nên đời còn trái tim

HOÀNG BẢO VIỆT

lần vào dịp Tết
anh gởi tiền lì xì
theo lệnh của bà chị
cùng tình anh duyệt chi

tôi và anh chỉ gặp
được nhau qua văn thơ
mặt mũi đôi lần thấy
trên giấy in mờ mờ

thời chúng ta còn đất
mỗi người vui một phương
anh Vĩnh Long, nguyên quán
ra đời tại Kiên Giang

tôi khôn từ Đà Nẵng
được sinh tại Hội An
đất nào cũng là đất
của dân tộc Việt Nam

anh hơn tôi bảy tuổi
cầm súng chậm hơn tôi
đến những hai khóa lận
chắc cũng chậm yêu đời

thế nhưng anh viết sớm
Hy Vọng đã thành hình
ẵm luôn cả giải thưởng
toàn quốc về văn chương

sau một-chín-sáu-mốt
còn thêm hai tập thơ:
Quê Hương Như (...) *Thánh Tích*
Những Dòng Nước Trong (thơ)

tất cả ba thi phẩm
đều sống cùng một tên

ba chữ: Hoàng Bảo Việt
đầy hào khí, trang nghiêm

sau ngày tôi tạm ổn
cuộc sống trên xứ người
tìm đọc tác giả cũ
không biết anh ở đâu

hóa ra anh thêm họ
Nguyễn vào bút hiệu xưa
định cư tại Thụy Sĩ
vẫn viết đều như xưa

ngòi bút anh thay kiếm
đâm thẳng vào độc tài
được Văn Bút Quốc Tế
nuôi sức đi đường dài

không cần phải giới thiệu
mổ xẻ những đề tài
bọn bán nước sỉ vả
càng sung sức dẻo dai

anh xưa khóa 26
ra trường làm sĩ quan
bây giờ anh chiến sĩ
của cả nước Việt Nam

vẽ anh đôi ba nét
có mục đích hẳn hòi
tiếp viện anh ít đạn
bắn cho tan độc tài

HOÀNG KHỞI PHONG

ngày N+1
tiến chiếm "Quán Ven Sông"
tìm "Người Trăm Năm Cũ"
giải bày mấy tấc lòng

giọt mưa không đủ ướt
ba chòm râu long đong
dọc ngang có giữ được
thân "Tùng Trước Bão..." cong?

tôi vẫn chờ ông viết
như đã hứa mấy dòng
trông hoài không mòn mắt
chỉ nhạt màu mây trong

chúc ông về quốc nội
hay mải mê phiêu bồng
vẫn như thời xe jeep
cận kề những nhánh bông.

HOÀNG LỘC

"làm lớn thì làm láo"
tục ngữ truyền hẳn hoi
tôi một lần hơi lố
với ông, một thi tài

ông, hồi còn son trẻ
đã làm thơ quá già
cái cội tình nam nữ
luôn đội ra ngoài da

không phải tôi nói láo
ông rất thường tự hào
giai nhân mới xứng đáng
ngồi trong cõi tình thơ

tôi đồng ý hết sức
có chính nghĩa rành rành
nói yêu là phải có
mùi hương vị em anh

năm tôi sáu, bảy tuổi
đã lơ tơ mơ rồi
có cái gì lạ lắm
nhúc nhích như mỉm cười

không phải khoe đâu nhé
chắc ông cũng vậy thôi
mấy thằng ưa thơ thẩn
thường rất sớm yêu đời

tôi không định so sánh
ngón nòi tình tôi, ông
nhưng tin các vị thánh
tình yêu thường rộng lòng

nói dóc chơi chút xíu
tôi, ông thần thánh chi?
tôi là thích-mê-gái
ông, thích-thơ chớ gì

trở lại với bản vẽ
ông Hoàng Lộc Hội An
khác Lộc đi kháng chiến
mờ mờ trên thi đàn

ông cao non thước bảy
có lẽ chừng đó thôi
đủ để sánh vai đứng
với nhiều em tuyệt vời

người tình ông đông lắm
xin liệt kê sơ sơ:
Trầm Ngư cùng Lạc Nhạn
Bế Nguyệt và Hoa Mờ

đám hậu sinh khả ái
có mặt khắp năm châu
rủi để ông gặp mặt
nhốt vào thơ làm hầu

ông khí khái hào sảng
bè bạn ở tứ tung
thân với cả danh tướng
tuốt bên Tàu, chuyện thường

nhớ lần ông say rượu
lững thững vào chùa Ông
cùng Quan Công tâm sự
tôi nghe khoái vô cùng

mấy lần thử bắt chước
khẩu khí như ông chơi
thử đi rồi thử lại
chim không thành, thành dơi

hẳn ít nhất phải có
trà rượu ngấm mềm môi
tôi thì luôn con nít
chuyên trị món sữa người!

năm xưa ở Quảng Tín
tôi chầu rìa Thu Thuyền (1)
ông bảo có lấp ló
dòm vô từ mái hiên

phải chi bữa hôm đó
ông tằng hắng ít hơi
chắc chắn tôi đã đãi
ông ăn mì quảng rồi

hồi gặp mặt ông lại
ở đất trời Boston
biết thêm tài ăn nói
rất thu phục má hồng

mừng ông hơn sáu bó
vẫn thơ tình quanh năm
không viết thì ngồi gõ
chơi, *Cho Dẫu Phù Vân*

ông tộc Huỳnh thân mến
có định về Việt Nam
ra mắt tập thơ mới
bên em út, bạn vàng?

Thơ Học Trò thuở nọ
Qua Mấy Trời Sương Mưa
vẫn *Trái Tim Còn Lại*
tình yêu luôn lũy thừa

ông chính hiệu cưng vợ
yêu hơn yêu người yêu
cả một đời hủ hỉ
hạnh phúc cùng nàng kiều

cho tôi được tán thưởng
mừng bà chị ẩn cư
sau cả trăm nhan sắc
ông vay làm ngôn từ

cảm ơn ông hí hỏm
khi gọi tôi "ông anh..."
không hề muốn trả lễ
khi vẽ ông thành... tranh

tranh này không bán được
cũng khó để treo chơi
may ra một lần nữa
cụng ly gió bên trời

ông cứ việc uống rượu
tôi lai rai sữa tươi
chắc vẫn thành tri kỷ
vì cùng sống rất người

---

(1) một nhan sắc một thời của thị trấn Tam Kỳ Quảng Nam (lúc đó mang tên Quảng Tín)
* chữ nghiêng tên tác phẩm đã xuất bản của Hoàng Lộc

HOÀNG QUY

vịn đời tình Thu Ba
vượt được xa ngàn dặm
gánh nốt bóng chiều tà
về phơi hồn viễn mộng

hớp ngụm rượu thay trà
lót thơ làm gối nhớ
thồ những ai, ai qua
chặng đời một kẻ sĩ

rồi ra cũng đứt gánh
nhớ tình thương mình hơn
trở lại thơ trà cũ
in sách gối đầu nằm

tuy không được tin bạn
nhưng vẫn luôn nhớ hoài
hồi cùng ăn mì-quảng
mù mịt bóng tương lai

mất còn đâu đó nhớ
tôi ông cùng bạc đầu
chỉ có những ngọn chữ
nhắc nhở còn nhớ nhau...

HOÀNG TRỌNG BÂN

hai năm ngồi chung lớp
tôi thường xúi giục ông
phác họa đám nhan sắc
dán bên thơ vỡ lòng

với nét vẽ nghệ thuật
trên giấy vở học sinh
bút chì hay bút mực
cũng sinh động thơm tình

ông vẽ tôi gom lại
để dành riêng cho mình
y như tay sưu tập
kiêm luôn giữ bản quyền

tôi cũng còn bắt chước
phóng bút vẽ mặt người
có đầy đủ mặt mũi
nhưng thiếu vắng nét đời

khi nắn nót Kim Cúc
lại hao hao Châu Đào
lúc cố tạo Thạch Trúc
lại hơi giống Lạc Giao

bực mình tôi lẩn thẩn
so sánh tay ông, tôi
hoa tay trên đầu ngón
rõ ràng ông thua tôi

thế mà rất kỳ lạ
vẽ ai chẳng giống ai
chỉ vẽ bậy họa bạ
mới có chút đa tài

may tôi thiếu can đảm
thiếu dao cọ sơn dầu
không đã thành họa sĩ
đầu tóc dài, cằm râu

nhờ ngẫm ra hội họa
không phải ở hoa tay
ở năng khiếu, rèn luyện
và cả những rủi, may?

tôi an lòng thơ thẩn
quyết lạng quạng cùng ông
vào mép rìa nghệ thuật
mỗi thằng trôi một dòng

như nhiều tay vẽ khác
của thập niên sáu mươi
thiếu nữ, đề tài chính
tranh ông có hồn người

và ông thành họa sĩ
khi dự triển lãm chung
với khá nhiều cây cọ
đang sáng giá miền trung

phần tôi dù chưa chết
đã mơ mình Về Trời
hoặc Trôi Sông đâu đó
để Chết Trong Lòng Người

thi phẩm này tôi dụ
ông vẽ trình bày bìa
kỹ thuật in làm hỏng
tài hoa ông rất nhiều

dù gì cũng thắm thiết
tình văn nghệ văn gừng
ông cười tôi sảng khoái
chia nhau niềm vui chung

làm văn nghệ tỉnh lẻ
y như trời mưa phùn
lai rai không thấm đất
phơi phới chút vui buồn

hình như vì như vậy
tôi, ông đều đâm lười

rủ thêm thằng Tùng nữa
bát phố tìm niềm vui

rồi cả ba vào lính
với ba kiểu tan hàng
không thằng nào chịu bỏ
cái tật đi lang thang

rồi chuyện đi chuyện ở
sau thảm sử bảy lăm
nếu không tin mạng số
hẳn có duyên chẳng không?

ngày tôi mới nộp giấy
ông đã chờ thông hành
đại gia đình ông đã
đổi quốc tịch, thẻ xanh

tính ông đại lười biếng
riêng chuyện đi, không lười
thế mà chừ còn ở
quanh quận một quận mười!

để rồi lên nhà lớn
phòng vẽ thật dồi dào
họa phẩm ông vẫn đậm
nét trữ tình ca dao

vẫn mê chơi tennis
rong xe như ngày nào
cà phê và thuốc lá
có không cũng chả sao

áo quần không bụi bặm
mà nghệ sĩ cùng mình
tóc lúc dài lúc ngắn
vẫn rất tuyệt ngoại hình

cả đời ông sung túc
lạc quan dù ít cười
ông có nhiều bẽn lẽn
điểm này rất giống tôi

chừ hình như yên phận
hết muốn ở xứ người
chỉ thỉnh thoảng qua Mỹ
thăm con học nên người

nhớ năm tôi về gặp
ông chở đi lòng vòng
cùng chơi bi da lỗ
ôn lại thời thong dong

kỷ niệm nhiều vô số
kể chừ đến sang năm
có lẽ cũng chưa hết
nên thôi, giữ trong lòng

vẽ ông chỉ nhiêu đó
đã thấy gần suốt đời
tôi, ông, Tùng quả thật
đều hạnh phúc làm người

HOÀNG XUÂN SƠN

tôi hai lần gả con
ông hai lần đại diện
cho nhà gái phát ngôn
trước hai họ, bè bạn

nhắc, không để cảm ơn
để minh chứng thân thiết
để thấy ông ngon hơn
trong xã giao bặt thiệp

ông lên ngựa bốn ba
chạy một hơi tới đích
cử nhân triết giáo khoa
cùng chính trị Đà Lạt

đắm đuối váy thần nào
chống dù vào bưu điện
rung đùi ngồi ghế cao
vun vồng thơ bí hiểm

Hoàng Hà Tĩnh quá hiền
hạ sinh ngay Sử Mặc
phảng phất triết cùng thiền
giữa cuộc đời muôn mặt

mặt sân chơi thi ca
hình như chưa đủ rộng
ông tà tà ghé qua
nghề cầm đàn ca hát

sinh hoạt thật xôm trò
cùng nhóm CPS
suýt nữa tan thành tro
bên bạn Ngô Vương Toại

may mắn được lên đò
cùng người đẹp họ Quách
trôi nổi giống giang hồ
đến đâu cũng số dzách

bỏ bục giảng năm xưa
ông lên làm chủ hãng
dù bản lãnh có thừa
nghề chê ông lãng mạn

ông xoay sở liên hồi
một chân trên xứ Mỹ
một chân Canada
vẫn chỉ là thi sĩ

đám bạn lại có ông
lai rai nhiều chầu nhậu
cà phê chay phố đông
thuần túy ngồi tán gẫu

vẫn giữ nét đẹp trai
chưa phải là đẹp lão
mái tóc tuy đã phai
suốt bốn mùa tuyết đổ

dù chậm gần năm năm
theo khai sinh làm lại
ông vừa được phép nằm
hưởng lương lão thoải mái

lúc này khi đi đâu
cũng thấy ông bỏ túi
vài mẩu giấy làm thơ
chùm đồ nghề mở rượu

ông rất là tiên ông
dáng lè phè nghệ sĩ
đi đâu cũng luôn luôn
áo trong quần nghiêm chỉnh

hỏi nhỏ *Huế Buồn Chi?*
ông làm nhiều người khóc
nghi vấn có nhiều khi
thay giọt buồn xốn mắt

từ *Viễn Phố* nối qua
Hoàng Xuân Sơn *Lục Bát*
một dòng chảy thiết tha
tình thơ biết ca hát

tôi mừng quen biết ông
người gốc dân Hà Tĩnh
sinh tại Huế, Phú Vang
rất chí tình chân thật

năm ngoái khi ngồi không
tôi cắc cớ nhiều chuyện
làm một loạt cáo tồn
xin phép, ông phán: miễn!

tôi biết ông chịu chơi
nhưng không đùa dại vậy
rủi gở biết chừng đâu
đừng thắp hương tầm bậy

đương nhiên tuân lệnh ông
vẫn vơ buồn mấy phút
hứng thú thành vô duyên
đành lừ đừ hạ bút
chắc chắn mai mốt đây
tôi là người đi trước
ông gắng tống tiễn tôi
vài câu thơ Sử Mặc

HUY GIANG

tôi, ông từng là bạn
thân vừa đủ mi tau
nhưng cả hai thủ lễ
dùng "tôi, ông" gọi nhau

tôi sinh năm 41
ông lớn-hơn-43
tôi trước ông hai lớp
cùng ốm như cò ma

hồi đó ông thuộc nhóm
thơ "cùng đi một đường"
tôi một mình quờ quạng
rìa sân chơi văn chương

gặp nhau ông thích nói
tôi giữ thói lắng nghe
dù không chăm chú lắm
vẫn khoái thơ ông khoe

tôi ở nhà mái lá
dưới gốc cây thầu-đâu
sân đất ngồi ghế đẩu
tiếp ông thường không lâu

nhà ông bán sỉ củi
có chái chất bên hông
tôi đến trèo lên đó
nghe ông nói viễn vông

ông kể chuyện trời đất
xong đọc thơ mới làm
rề rề giọng to nhỏ
rặt Hòa Vang Quảng Nam

một lần tôi ghé đến
con chó nhà tôi theo
qua đường nó vô ý
xe đụng nằm chèo queo

tôi quỳ ôm xác nó
giữa mặt lộ khóc ròng
nhìn lên ông cũng khóc
dễ dàng như trẻ con

chẳng phải tôi mẫn cảm
mà rõ ràng thấy thơ
những câu thơ hiện thực
của tâm hồn dạt dào

thơ ông thật gọn nhẹ
sáng sủa khá thâm trầm

đời gọi chung ba chữ
nôm na: "thơ có hồn"

hay dở chuyện đã rõ
tạp chí đăng dài dài
tôi không cần phải gõ
mấy chữ "ông có tài"

thích thơ và trùng khớp
tên sách chuẩn bị in
tôi bưng gọn hai nhánh (1)
thơ ông mở sách mình

đau khổ... tuyệt vời nhất
đó là lúc thất tình
lạc thú này tôi thiếu
còn ông từng quang vinh

ông kể không bỏ sót
từng nét đẹp của Hường
chở tôi lên Chợ Mới
lén nhìn người ông thương

em tuyệt vời đôi mắt
lẫn vòng eo, cánh lưng
nhìn qua phải khâm phục
tài nghệ Nguyễn Đăng Trừng

anh chàng cao ốm ốm
da mai mái đen đen
có mấy khi thi sĩ
đẹp trai không ai bằng

đầu tóc ông hớt ngắn
chân đi giày sân đanh
khi bước cùng khi đứng
đều có gió song hành

cuộc tình tưởng quá đẹp
bỗng làm ông bị thương
kho thi ca thêm được
bài thơ hay *Tiễn Hường* (2)

thơ hay chưa đủ cứu
thi sĩ trong đời thường
ông nhờ tôi đưa đến
cổng trại lính lên đường

quá may phổi ông thở
đọng giọt lệ bi thương
khói thuốc mới tập hút
ngăn bước ra sa trường

chuyện này ít ai biết
tôi kể chắc ông buồn
dù là nét đẹp nhất
trong đời người bình thường

ông nuôi ý chí lớn
khi chưa thể vào hàng
ông vào luật nuôi mộng
giúp lịch sử sang trang !

năm ông làm chủ tịch
một phân khoa sinh viên

tôi đang bận tập bắn
để làm quan võ biền

nhiều lần ghé Văn Học
Phan Kim Thịnh nhìn, cười:
Trừng mới ghé một lát
nói vài câu chuyện vui

chuyện vui ông tôi đoán
không dễ cười chút nào
ông đoạn tuyệt lãng mạn
bay luôn khỏi ca dao

rồi ôm mớ chính nghĩa
nay đã rõ ràng ràng
tôi hụt hẫng một chút
sau vài phút ngỡ ngàng

mười năm tôi ở lại
cùng chính thể đỏ lòm
chưa một lần vọng tưởng
được lời ông hỏi han

qua thêm nhiều năm nữa
mừng ông đã rất ngon
nghe bạn cũ khen ngợi
ông chưa hề ra đòn

mấy mươi năm không gặp
vui biết ông thanh nhàn
sống cuộc đời trí thức
làm xếp luật sư đoàn

qua tivi, ảnh chụp
ông không khác chi nhiều
ngoài có da có thịt
phai hết nét hắt hiu

nhớ và mong ghê lắm
cốt mìn ông để đâu (3)
sao chưa thấy tiếng nổ
những câu thơ sống lâu

muốn vẽ ông nhiều nữa
ngại nếu gặp ông ngày
hôm qua thầy Ngọc nhắc (4)
mới dám nhúc nhích tay

thật ra tôi cũng sợ
rủi như Lê Uyên Nguyên (4)
tôi sẽ hụt phổ biến
vài nét thơ vô duyên

có điều chi không phải
mong bằng hữu bỏ qua
với tôi vẫn huynh đệ
ông chắc cũng xuề xòa

---

1. "...khi khổ quá tôi muốn làm rơm cỏ
nắng khô đi xin lửa đốt về trời" - HG
Hai câu thơ của Huy Giang in ở trang 7 trong thi phẩm
Về Trời của LH
2. Tiễn Hường tên chính bài thơ, khi in báo được sửa lại
Tiễn Em
3. Tôi mang cốt mìn, đi vào đời sống (thơ Huy Giang)
4. Thầy Nguyễn Đăng Ngọc, cựu hiệu trưởng PCT-ĐN
5. Lê Uyên Nguyên, bút hiệu của cố luật gia Lê Hiếu Đằng

HUY TƯỞNG

ông nợ tách cà phê
tôi nợ một cuộc hẹn
xin được kể như huề
cả hai chưa nhận tặng

dù ông cũng có thơ
và-tôi-thơ-cũng-có-
in-ấn-khá-ào-ào-
bán, cho-và-bỏ-xó

Mưa Trong Vườn Chiêm Bao
qua *Một Mùa Tóc Mộ*,
Trong Đá, Trăng Kê Xanh,
Người Nuôi Lửa Tịch Mịch (1)

thi phẩm ông phát hành
ngoài những tập vừa kể
còn nữa nhưng cũng đành
chờ Thành Tôn nhắc nhớ (2)

chỉ cần đọc cái tên
biết nội dung chút ít
tư tưởng, tình mông mênh
nhưng nhẹ nhàng gần xịt

thơ ông đậm hương thiền
kính cẩn chọn lựa chữ
hơi thơ thành thiêng liêng
sâu lắng niềm tình tự

còn thơ tôi võ biền
có tiếng súng mùi máu
dù thuộc loại hiền hiền
tưng tửng như lính cậu

ông được Bùi Giáng khen
tôi bị chê sát đất
nhưng phục ổng vô cùng
đọc nhiều khi ngây ngất

ông quê cha Tam Kỳ
ra đời từ trên núi
mang địa danh Kontum
vang tiếng chim giọng suối

nhưng ở chính Hội An,
đất tôi đến đời sống-
chẳng ở được mấy năm-
cho được giàu mơ mộng.

sinh sau tôi một năm
nhưng ông sớm già dặn
ngoài cái chuyện ăn-nằm
chắc thua tôi hơi nặng

nhớ lần đầu gặp nhau
dưới gốc da cổ thụ
cùng lấn nghe chầu văn
đang cung rước Thánh Mẫu (3)

và một cái gật đầu
giữa hai thằng bé nhỏ
kéo dài đến về sau
vẫn vời vợi chừng đó

chắc chắn ông đã quên
chiều Phước Ninh hôm ấy
cả hai cùng làm thinh
chưa đứa nào biết quậy

tôi từng ăn cơm tháng
gần Mai Hạc nhà ông (4)
hình như quán Cả Huế? (5)
khi ông ở Sài Gòn

quê hương không rộng lắm
đất hai miền rẽ phân
ngao du chỉ co cụm
những nơi người ở đông

gặp nhau thường trên báo
đấu láo vài ba lần
mỗi lần chừng ít phút
sao lạ lùng khá thân

có thể riêng tôi tưởng
vì quý trọng nhà thơ
muốn dựa hơi ngất ngưởng
trong thế giới chiêm bao

ông không những nổi tiếng
chỉ qua đường thơ văn
còn có nghề lập quán
và cởi mở đãi đằng

muốn ghé Huỳnh Tịnh Của
vào Faifo Phố Hoài (6)
ăn cao lầu một bữa
thử ông nhận ra ai

ông đi không nhanh lắm
bước tôi chừ hết dài
hiểu nhau không cần vẽ
thân phủ bụi bên ngoài

vẽ ông không vẽ vóc
nhưng thật khó họa lòng
nhỡ ông thấy trật lất
ngỡ tôi thiếu tấm lòng

cũng đành xin khất lại
một mai sẽ ba hoa
khi qua Úc qua Pháp
mời ông đến Canada

gởi cái nhìn năm cũ
dù đã xa gốc da
Huy Tưởng có nhận đủ
đừng lạnh nổi da gà!

---

ghi chú:

1. tên một số thi phẩm của HT đã xuất bản
2. nhà thơ, người chơi và sưu tập sách đầy đủ nhất nhì của miền nam VN
3. một am thờ của đạo Thiên Tiên Thánh Mẫu trên đường Hoàng Diệu Đà Nẵng vào thập niên 50.
4. trà Mai Hạc đặc sản của gia đình nhà thơ, dựng quán tại Tam Kỳ
5. tên một quán ăn vào khoảng 1957, 58
6. tên nhà hàng ẩm thực của Huy Tưởng tại Sài Gòn, Úc...

HỒ CHÍ BỬU

cáo tồn ông, tôi viết rồi
còn cái cáo phó hạ hồi tính sau
cũng cần khai vội giáo đầu
nội dung đại khái mấy câu như vầy

ca tụng lúc sống: một cây
kề má nhan sắc phây phây chụp hình
ảnh đẹp nhờ tình bên tình
tình yêu tình được... quân bình cân phân

ngợi ca đại gia có thần
ngồi xe bốn ngựa phiêu bồng lãng du
đánh cờ? uống rượu? gác cu?
mấy món tiêu khiển vẫn như đề huề

tiếp theo lời lẽ chỉnh tề
tiễn đưa tán tỉnh u mê ít nhiều
sống làm thơ cho tình yêu
chết thường cực lạc phiêu diêu cõi trời

điều này chắc chắn giống tôi
hãy chờ lúc gặp, vỗ đùi uống chơi
chiếu thơ thành chiếu rượu ngồi
tôi mời bè bạn, ông tôi chén cùng...

HỒ ĐÌNH NGHIÊM

không đoàn, đảng, hội, nhóm
chỉ đồng bệnh ham chơi
sống trong cùng thành phố
lâu lâu gặp nhau, cười

trẻ nhất trong mấy đứa
là ông chắc chắn rồi
không cần so độ tuổi
nhìn mặt thấy mông đùi

mừng cho ông đấy nhé
chẳng thằng nào pê-đê
phía sau lưng đạo mạo
đều lởm chởm râu dê

ông đã từng đùa giỡn
gọi tôi là đại ca
nhưng cũng có phần đúng
xét tài yêu trăng hoa

dĩ nhiên là thời trước
thành tích không huy chương

nếu còn ở trong nước
bằng khen đầy đầu giường

đùa chơi cốt gợi ý
có dịp ông khoe ra
trong lòng những truyện ngắn
các màu áo lượt là

thời kỳ học mỹ thuật
nhiều cơ hội cho ông
thẩm định bằng môi mắt
thực hành với tay chân

tôi không là thầy bói
nhưng đoán ông hoang ngầm
bằng chứng chỉ có một
ngọc bích là vàng ròng

ông chỉ giỏi bay lượn
trên vạt đất văn chương
cây cột nhảy chỉ đứng
độc nhất trên một giường

đọc ông nhiều người hoảng
tưởng chính hiệu nai vàng
biết đâu đi thực tế
chỉ năm trăm phần ngàn

văn ông không chủ đạo
lấy tiếng rên gọi người
ông vẽ vời xã hội
qua nhân vật thế thôi

và cũng lót vào đó
những tinh tế suy tư
không đáng giá, châm biếm
không mở đường tới lui

nhờ đó không ai lạ
ông thuộc nhóm ngon lành
nganh ra đầu ngòi bút
những nụ tình thắm xanh

trong đám quen nhẵn mặt
phố thị Montréal
ông không nhiều may mắn
trong in ấn phát hành

dù sao cũng đã có
bốn thằng con tinh thần
đứa nào cũng tuấn tú
giống cha, rất mạnh gân

riêng tôi được ông quý?
thật vô cùng cảm ơn
bề ngoài tôi nghiêm nghị
viết lách hơi ba lơn

không có phiền gì chứ
ông nhà văn sông Hương
tốt nghiệp bằng hội họa
thành danh từ văn chương

cái gì có trục trặc
thường thường lắm điều hay

chẳng cần chi tuân thủ
như trâu thuộc đường cày

vẽ ông rồi vẽ nữa
vẫn thấy chưa đạt đâu
nhưng thôi hẹn dịp khác
hôm nay hơi nhức đầu

và trước khi chấm dứt
xin thòng thêm đôi lời
ông không cần phải đọc
chỉ riêng Bích nhìn chơi

này em gái bà Lý
đừng hiền quá, nhớ nghe
lâu lâu phải gọi nhắc
khi ngài đi cà-phê

ở đây lắm bia rượu
đổi món thật dễ dàng
ngài chừ đã mạnh rượu
say rồi thích quá giang

thỉnh thoảng nên liếc thử
vào truyện ngắn vài trang
hư cấu chỉ một nửa
nửa thực tế đàng hoàng

đùa chơi với em vậy
đừng nên ngắt véo chàng
nhiều khi phải ngừng bút
đòi thực hành lâm sàng

HỒ MINH DŨNG

gặp mặt ở Thủ Đức
chào tay, tôi hơi run
sợ ông chơi đòn bẩn
phạt lính mới giải buồn

nhưng không, ông lịch lãm
tử tế rất đàn anh
con cá đuôi đã mọc
nòng nọc tôi lại lành

tuy rằng khóa huynh trưởng
nhưng thua tôi một năm
(tuổi-ta thường cà chớn
tuổi-tây cũng cà lăm)

chỉ cần nhìn khuôn mặt
vốn sống ta bằng nhau
cả hai thằng đều ốm
trơ những nếp buồn đau

ông chính gốc dân Huế
hưởng hơi hám chúa vua
dù nhà cách đại nội
có khi đi mút mùa

dẫu gì cũng có đủ
tình núi Ngự sông Hương
nằm khít trong lời nói
tạo phong cách dễ thương

hồi tôi ở Mang Cá
hay gần Hồ Tịnh Tâm
không gặp ông làm bạn
nếu không chừ càng thân

sáu-tư ông khởi viết
năm tôi mò Về Trời
chậm chân nhưng ông biết
thả nước rút một hơi

từ thơ qua cả truyện
ông đánh cùng một lần
mặt trận nào cũng thắng
thật mau lẹ lên chân

tôi đương nhiên khoái đọc
mấy thằng lóc nhóc mình
nhất là bọn tỉnh lẻ
chưa sạch mùi học sinh

thật ra thường đọc cọp
ở nhà sách, cái tên
đã đìu hiu sung sướng
tưởng như chợt lớn lên

cũng Bách Khoa, Văn Học
các tạp chí Sài Gòn...
ông vững danh khá sớm
trước khi vào đeo lon

tôi lơ ngơ lụt lịt
cũng làm báo bộ binh
khóa hăm ba, hăm bốn
chụm đầu nhau chụp hình

tôi, ông ngồi hàng nhất
ông góc trái, sát rìa
tôi dành đúng chính giữa
lạc hàng ngang mũ hia

nhìn hình thấy ông cận
kính bây giờ còn mang?
giàu thời gian thường sáng
hẳn ông cũng y chang?

sau khi rời trường mẹ
ông về đâu làm quan
KBC ông viết
rõ nét, thiếu rõ ràng

thư ông gửi đã mất
nhưng bì thư còn đây
dán lên cho ông nhớ
nét chữ khá khéo tay

tôi thì ông đã biết
nay đã cụt chân rồi
may có cái chân gỗ
cũng khệnh khạng theo đời

thời gian ông cải tạo
bị kéo dài mấy năm
rủi mà may đấy nhé
đủ tiêu chuẩn thăng trầm

ngày ông đến đất Mỹ
Thái Tú Hạp cho hay
sau vài lần liên lạc
tình bạn theo gió bay

đời sống không chụp giật
nhưng không thể chậm chân
tôi ông đều cố gắng
vẫn khó thoát phong trần

ông viết nhiều, đủ loại
thơ thâm trầm tuyệt hơn
nhưng in ba tập truyện
bán sạch, không tặng không

tôi được đọc tên sách:
Hoa Vạn Hạt Cuối Mùa
Câu Nam Ai Thất Lạc
Một Mình Em Đến Giữa Đời (1)

nội dung truyện, tôi "nắm"
từ nhiều bài phê bình
điểm sách cùng giới thiệu
đều vỗ tay nhiệt tình

Nguyễn Vy Khanh nhận xét:
"... độc đáo điển hình hơn...
"... tích lũy kinh nghiệm sống
"... sôi sục... nhưng chín hơn..."

giàu "nghệ thuật" "nhìn", "thấy"
"bằng quan sát, kinh qua..." (2)
quả thật khen chính xác
thân tình, không ba hoa

hình như nhiều ngọn bút
hết lòng với văn chương
Nguyễn Mạnh Trinh, Du Tử... (3)
đều trang trọng đưa đường

giai đoạn đầu hải ngoại
ông hăng hái nhiệt tâm
sáng tác lẫn làm báo
hai tay đều rất gân

không hiểu sao vô cớ ?
ông hạn chế tang bồng
này Hồ Triều Nghi bạn (4)
giải thích giùm được không

vẽ ông chẳng lẽ chỉ
khoe ông cao hay lùn
mập ốm ở thân xác
không sánh bằng văn chương

như trên, tôi đã nói
rất tâm đắc thơ ông
gọn nhẹ và cô đọng
trong vốn đời thâm trầm

lá thư xưa ông gởi
tuy là đã mất rồi
nhưng chắc ông ái ngại
que tăm tôi giữa đời

lòng ông với bè bạn
quen sơ cũng như thân
tiện đây xin đa tạ
người bạn từ quân nhân

---

1. tác phẩm HMD đã xuất bản
2. chữ dùng của nhà phê bình Nguyễn Vy Khanh
3. Du Tử Lê
4. bút hiệu của Hồ Minh Dũng trước 1975

HỒ THÀNH ĐỨC

không là tay tư bản
nhưng thường hú bạn bè
đến nhậu, nói xả láng
thay trời phán, đất nghe

tôi là dân tỉnh lẻ
thỉnh thoảng vào thủ đô
không mặc áo ba lỗ
cũng chẳng diện ủi hồ

ghé thăm ông vài bận
với khép nép ngây ngô
chưa dám trần trùng trục
cũng không phơi may-dô

ông, gia chủ nghiêm chỉnh
dù áo bỏ ngoài quần
bưng lịch sự lỉnh kỉnh
rót hài hước vào chung (1)

vẫn cốt cách dân Quảng
dù sống lâu phương Nam
ăn hòn và nói cục
gân cổ cãi thả giàn

ông đang thời nổi tiếng
bên chị Bé dịu dàng
tiền vô cùng chữ ký
trên họa phẩm bạc vàng

để nhìn ông rõ nét
xin ngược lại từ đầu
như truy tầm "lý lịch"
dù phơn phớt vài câu:

sinh ra từ Đại Lộc?
hay Ái Nghĩa, Thăng Bình...?
Hội An hay Trà Kiệu?
Cẩm Lệ hay Phú Ninh?

địa danh nào có phước
nứt ông ra với đời
cũng là duyên đất Quảng
với tài hoa của người

về ngày sinh tháng đẻ
chính xác cái hoa tay
chắc chi ông đã nhớ
huống chi thằng bạn này

chỉ mập mờ được biết
cùng cốt rồng canh thìn
ông, tôi rủ nhau đến
thế giới thơm ngát tình

tôi sau đuôi, bốn mốt
ông đoạn đầu, bốn mươi
chênh lệch có mấy tháng
ông làm anh, được thôi

mồ côi từ khá sớm
và cũng chóng thành người
ông tự định số mạng
chọn cho mình cuộc chơi

tốt nghiệp trường Mỹ Thuật
Cao Đẳng tại Sài Gòn
chuyên nghề tranh dán giấy
góc nghệ thuật riêng ngồi

trong hội Họa Sĩ Trẻ
chiếu ông trải đàng hoàng
hội viên rồi chức sắc
rất đề huề vẻ vang

giữ khoa trưởng Thực Tiễn
tại đại học Phương Nam
dư tài và đủ sắc
khiến nhiều em mơ màng

triển lãm tranh, khỏi nói
trong ngoài nước lu bù

riêng chung đều sáng chói
dồn dập cùng bội thu

từ Đài Loan, Ấn Độ
Nhật Bản, Phi Luật Tân
Ba Lan, Hợp Chủng Quốc
họa phẩm mọc thêm chân

hẳn không phải nhờ vậy
ông thường trực lạc quan
nụ cười luôn cư ngụ
trên khuôn mặt nhẹ nhàng

gặp ông là chắc chắn
được đãi bữa tiệc cười
chỉ chuyện đứt dây sướng
rầu thúi ruột cũng vui

ông ba hoa chút đỉnh
khoác lác chưa mấy nhiều
"có tài nên có tật"
miễn giữ nét đáng yêu

tôi được có nhiều bạn
sung mãn những niềm vui
như Nghiêu Đề chẳng hạn
thêm ông càng tuyệt vời

đời ông nhiều giai thoại
thú vị như tiếu lâm
nhất là thời chê súng
qua cầu vẫn thong dong

năm ông qua xứ lạnh
thăm gia đình chúng tôi
cụng ly chén ngắn hạn
vừa đủ nhớ một thời

ông có vẻ gia trưởng
dù cưng vợ quá trời
chăm chuốt thật tỉ mỉ
nịnh vợ còn hơn tôi

ông bắt chị phác họa
chân dung khi tôi ngồi
chờ bữa ăn thiếu rượu
lạc ngày xưa mất rồi

tôi chưa đạt đẳng cấp
trong ngón nghề làm thơ
nên ông chưa buồn vẽ
cái thằng tôi mơ hồ

năm tôi được tiếu ngạo
qua thăm tiểu Sài Gòn
ông làm tôi cảm động
với họa phẩm đề thơ

dự án ông vĩ đại
công trình đã gần xong
hoàn tất còn trở ngại
chờ đợi người có lòng

mừng ông vẫn sáng tác
còn bán tranh lai rai

và làm thơ rất tới
đẹp lão tiếp đẹp trai

niềm hạnh phúc tuyệt hảo
có con nối tay nghề
chững chạc và chí hiếu
ông yên tâm lè phè

tôi buồn không kịp ghé
xưởng vẽ tại nhà ông
hưởng mùi chim mía nướng
từ năm xưa bềnh bồng

chai ba ba thuở nọ (2)
tách cà phê bây giờ
tình bạn vẫn thấm đậm
ngồi vẽ ông nao nao

nào cụng chơi một cái
xem nước như rượu nghe
dzô ngọt một cái nhé
cứ như xưa lè phè

quận Cam ông đang thở
Montréal tôi ngồi
vẫn thấy nhau trước mặt
mang mang bao chuyện đời

---

1. danh từ, dùng để uống rượu
2. loại bia tên 33, trước 1975 tại miền Nam Việt Nam

HỒ TRƯỜNG AN

không cụng ly nâng chén
không bắt tay gác chân
vẫn có vài kỷ niệm
nhớ lại còn bâng khuâng

dưới tên Đào Huy Đán
ông gợi ý, mở đường
cho tôi trải tâm sự
có hơi hám văn chương

ông hỏi nhiều câu lắm
may, tôi không hụt hơi
nhờ bốc sự thật bỏ
lên dòng chữ vậy thôi

ông nhắc vài tên bạn
cùng khóa lính với ông
ông sau tôi hai khóa
đời hơn tôi ba năm

ông cũng kể nhiều chuyện
cà kê Bà Già Trầu
tôi nghe vui để bụng
khoan khoái thở, nhẹ đầu

ông đang rất lừng lẫy
một cây viết đắt hàng
làm giàu nhà xuất bản
riêng ông danh tiếng vang

với một chục truyện ngắn
hai mươi hai truyện dài
thơ, bút ký văn học
vài chục cuốn sánh vai

viết nhiều nhưng không loãng
nhờ văn phong miền Nam
duyên dáng lẫn dí dỏm
thâm trầm cùng nhẹ nhàng

dông dài đầy quyến rũ
huê dạng đậm ngọt ngào
trang sách như dải lụa
cuốn hút người đọc vào

ông phê bình nhận định
cũng tinh tế vững vàng
một đôi khi tỉ mỉ
rất ư Hồ Trường An

riêng tôi ông ưu ái
chơi một bài đọc thơ
riêng góc cạnh sông núi
với nhiều ý bất ngờ

ông cũng rất hào sảng
nghe tôi cần có em
làm đối tượng vớ vẩn
ông làm chim xanh liền

tôi được ngay sau đó
người tình có chân dung
tận bên trời Pháp quốc
giàu lãng mạn quá chừng

cuộc tình tôi có chữ
cuộc tình tôi có thơ
tương tự đám mây nổi
trôi theo gió giang hồ

ông có lần gọi hỏi
rằng tôi có mỏi lưng
tôi cười: bạn đoán thử
ông hí hửng bảo: đừng !

hôm nay, đã lâu lắm
không liên lạc với ông
nghe nói ông không khỏe
bỗng dưng nghĩ viển vông

nhân đây chúc sức khỏe
bạn hiền Nguyễn Viết Quang
vẽ ông tôi lúng túng
khó, dễ cùng hoang mang

hôm nào tôi qua Pháp
tìm ông nói dóc chơi
mang lời Lê Vĩnh Thọ
nhắn thăm ông, lâu rồi

ông nhớ dành mấy quyển
chân dung các cô nương
ông *Theo Chân Tiếng Hát*
cho tôi gối đầu giường

những *Chân Trời Lam Ngọc*
và những *Giai Thoại Hồng*
cùng *Chiếc Quạt Tôn Nữ*
nghe đã khoái trong lòng

tôi vẫn nhớ lời dặn
ông ghé Mỹ gọi qua
tôi chỉ cho ngọn chữ
là được quyền đào hoa

chợt nhớ ông ghê gớm
lật ra *Chuyện Quê Nam*
không cần đọc một chữ
cũng gặp Hồ Trường An

KHALY CHÀM

áng thi ca tuyệt hảo
từ đôi mắt Chuột Hoàng
nhan sắc ươm ngôn ngữ
tinh tế ôm nồng nàn

bạn tuyệt vời hạnh phúc
chắc khỏi mơ ước gì
thong dong đời thế tục
khỏi luận thuyết vô vi

sớm mai ly trà nóng
nửa sáng ngụm cà phê
trên đầu nắng đứng bóng
hớp hồn xanh cận kề

không đợi chi chiều tối
bất cứ phút giây nào
lòng chín mùi tâm sự
thả ra tình muốn trao

nhiều khi giàu suy tưởng
nhiều lúc vỗ về tình
tất cả được xuất phát
theo nhịp đập trái tim

lá phổi đầy không khí
thơm ngát hương nhân tình
sống biết yêu là sống
nhân đôi cuộc đời mình

tán thưởng cuộc đời bạn
hồng nhan và thơ văn
mỗi bước mỗi hớp rượu
nhật nguyệt soi thăng bằng.

KHÁNH TRƯỜNG

photo Lehuyenthanh

chỉ cần đôi ba nét
đã có được chân dung
nhiều người thường tài vậy
riêng tôi, khó vô cùng

nhưng khoái mượn vẽ kể
cái gì đó ngọt ngào
giống như là nhắc nhớ
vụn kỷ niệm tầm phào

nhà bạn xưa, phòng vẽ
nằm trên đường Hùng Vương
tôi có mở tiệm sách
cũng nằm chung một đường

Đà Nẵng những năm đó
không "hoành tráng" như chừ
nhưng cả tôi và bạn
có một khoảnh đời vui

hồi đó còn chưa biết
mặt nhau ngắn hay dài
nhưng chắc đều có biết
những em nào hút trai

không nhớ tôi quen bạn
lần đầu vào dịp nào
nhưng sớm thành thân thiết
từ mấy chuyện văn thơ

tôi có tật khá xấu
thường lợi dụng bạn bè
nhất là đám họa sĩ
rất hay bị tôi ve

phần bạn đã thân tặng
bản vẽ cùng chân dung
độc đáo những bìa sách
vậy là cùng ngồi chung

bất ngờ tôi nhận được
thư rủ vào Hợp Lưu
tôi tức khắc xớ rớ
xem ra cũng rất vui

gặp bạn phải uống rượu
nhưng tôi bỏ lâu rồi
lá phổi từng bị nám
nếm cầm chừng ít hơi

không bì được với bạn
to khỏe nặng bụi đời
được nhiều em chăm sóc
chỉ thua mỗi ông trời

bạn vẽ vời thật hách
viết chẳng lách việc gì
văn thơ in thành sách
không thiếu chủ đề chi

thế nên không cần kể
tên tác phẩm rườm rà
túm lại trong năm chữ
một bàn tay tài hoa

riêng khả năng làm báo
giá trị của Hợp Lưu
đủ chứng minh chính xác
bạn điều hành rất cừ

đang trên đà thăng tiến
bỗng nhiên nhiều bất ngờ
tôi rục rịch lo viết...
nhưng mừng bạn chưa sao

hết xuất rồi lại nhập
bệnh viện trở thành nhà
con bệnh đã là bạn
cõi chơi cứ tà tà

và nay giúp Nhân Ảnh
lừ đừ chơi nhẩn nha
chúng ta chưa bỏ cuộc
in sách như trồng hoa

không cảm ơn chi cả
nịnh bạn dông dài rồi
tôi còn mấy cuốn sách
bạn trang điểm giùm tôi
5:49 sáng, 14.11.2017

KHÁNH TRƯỜNG:
"CÓ YÊU EM KHÔNG?"

truyện ngắn tiếp chân đoản thi
văn thơ lẫm liệt bước đi hai hàng
tay cọ lộng lẫy điểm trang
cho cặp đôi thở nghênh ngang vào đời

«không mang sứ mệnh chuyển dời
cải tạo xã hội cuộc chơi thế nào
viết là sinh nở giấc mơ...» (1)
ông ghi rõ ý này vào bìa sau

cụ thể hóa những niềm đau
tình yêu tình dục chen nhau bình thường
chẳng có chi là thiên đường
sống sao viết vậy dễ thương vô cùng
4:19 PM - 07-11-2015
(1) lược ý K.T. in sau bìa sách

THIẾU NỮ
TRONG TRANH KHÁNH TRƯỜNG

búp gân tím,
thỏi thịt hồng
mở bừng ngũ giác quan lồng lộn bay
trùng trùng đường nét bao vây
nhân sinh một kiếp
múa may, sinh tồn
em từ giọt máu,
lớn khôn
em từ bát ngát tâm hồn sáng trăng
em yêu,
em thở thăng bằng
không Chúa không Phật bon chen ghé vào
em là thực tế,
chiêm bao
khởi từ nghệ thuật bước vào nhân gian
(SNCNTNT)

THƠ TẶNG BẠN DZÀNG

bạn không mắc bệnh ung thư
cũng không thuộc dạng ruột dư đái đường
chỉ vương cái chứng dị thường
lục phủ ngũ tạng yêu thương xuề xòa
nguồn hương, khe suối, mạch hoa
cấy thơ cất rượu tà tà rong chơi
chẳng ngại ma, ngán chi người
đời khen cũng khoái, đời cười cũng vui
gia tài dòm tới, ngó lui
lơ thơ vài ngúm ngậm ngùi lao đao
"đời buồn có rượu ta dô
thành sầu cao ngất ta xô ngã nhào" *
sống, không làm nụ ca dao
chết, không lẽ biến làm sao trên trời
bạn nằm chết, thật thảnh thơi
cội tình lơ lửng mộ đời góc riêng
hình như gân cốt cơn ghiền
cắt máu thành sắc màu liền thịt da
vẫn còn phung phí xa hoa
thêm duyên cho thánh chữ ra cõi đời
sống là tỉnh táo biết chơi
chết là sống, khác chút thôi, bạn hiền
xác về âm phủ đương nhiên
"nhẹ tênh hồn phách qua miền chân như
" *

* thơ Khánh Trường

KHẮC MINH

dòng dõi con địa chủ
đi lính kiểng tà tà
con rùa trên tay áo
quanh quẩn vui vườn nhà

nhìn qua là đã biết
ông bản tính lè phè
ngày ngày vào Tòa tỉnh
rung đùi uống nước chè

sau vài giờ tán dóc
điềm tĩnh dạo phố phường
honda dame đỏ chói
lăn chậm mươi ngả đường

ghé cà phê Tám Hú
thăm nhà in Đồi Non
ra đầu cầu Trà Khúc
đảo về quán Bắc Sơn

xe dừng khu Trùng Khánh
ngày tôi không hành quân
ông như mọc thêm cánh
suốt ngày trôi không ngừng

lòng vòng bến xe ngựa
tiện đà qua Ngã Năm
- ê Châu, mày có muốn
gầy chút hương phong trần?

sau vài lần tác chiến
không thấy hứng bao nhiêu
tôi chán thơ dã chiến
ông chê: - mày quá hiền!

nhưng ông cũng chẳng dữ
sau một lần bay chung
ngón nghề ông tạm đủ
chưa thật sự anh hùng

thói quen trên chiếu rượu
ông đỡ cho Nghiêu Đề
chàng phá mồi chừng mực
thở ruby khỏi chê

dù ông đang cữ hút
nhưng hít khói không sao
thật ra thương quý bạn
ông cố gắng tỉnh bơ

lòng ông tôi hiểu rõ
na ná như lòng tôi
đâu cần chi khai rõ
cái tình của con người

ông không cao lớn lắm
vừa chừng thước sáu mươi
tiêu chuẩn của đa số
người Việt của một thời

thường cười xuề trước nói
dẫu chuyện kể không vui
lạc quan trước cuộc sống
giúp ông luôn yêu đời

ông làm thơ khá ít
nếu so sánh với tôi
có lẽ tính cẩn thận
biến con chữ thành người

vài lần báo sắp chạy
tôi hỏi bài ông đâu
ông dáo dác tìm giấy
phóng nhẹ ra mươi câu

ông rất chuyên lục bát
gói tình thật ngọt ngào
trộn luôn vào sông núi
na ná lòng ca dao

tôi kém ông bốn tuổi
khi tôi chưa có con
ông đã hai chồi nụ
đủ gái trai thắm son

bé Ý chừ bác sĩ
cu Long đã kỹ sư
không làm thơ như bố
viết tiểu luận khá cừ

chị Tâm, người núi Ngự
quen tắm nước sông Hương
nửa đời đứng bán sách
giàu chữ nghĩa tình thương

muốn cà kê chút nữa
sợ ông đổi tính xưa
xem xong bốc phôn chửi
- cái thằng mang gáo dừa!

thật ra tôi chưa chạy
lần nào khi hành quân
có địch bám sau đít
gáo dừa đâu lận lưng

lần thứ hai dính đạn
chống nạng đứng trong sân
tôi tỉnh mà ông khóc
con nít vậy, nhớ không?

thôi quên đi, đừng nhắc
nghe nói ông bây giờ
trục trặc đường hít thở
có điều trị bằng thơ?

nếu chưa xin thử sắc
bài thơ này của tôi
hai chén còn nửa chén
uống xong, ổn ngay thôi

kỷ niệm là một vị
nhớ thương vị thứ hai
vị thứ ba hy vọng
sẽ gặp nhau nay mai

tôi về hay ông đến
Canada thăm chơi
tôi sẽ trả món nợ
ở ngã năm một thời

đùa chơi sao bụi dính
vào đôi mắt ngóng trời
hôm nay nắng đẹp lắm
thấy không Khắc Minh ơi!

KIỆT TẤN

bạn Chu Trầm Nguyên Minh
cho biết ông mạnh khỏe
đầu bụng tôi thình lình
nhớ những hè mát mẻ

trong chừng hai ba lần
thăm anh Lê Tấn Lộc
tôi có dịp được gần
Nụ Cười Tre Trúc mọc
cạnh Điệp-Khúc-Tình-Yêu-
Và-Trái-Phá thuở nọ

cụm tre trúc phương phi
tưởng lùn, không phải vậy
ông cao ráo ra gì
xứng danh Lê Tấn Kiệt

trán rộng cùng cằm vuông
lông mày dày mắt sáng
mặt trầm tư buồn buồn
chất chứa hồn lãng mạn

miệng rộng nhân trung sâu
giàu trăng hoa tuổi thọ
mặc dù không nuôi râu
vẫn đường đường hảo hán

nhìn ảnh thời trẻ trung
từ *Tuyển Tập Kiệt Tấn*
Đặng Mai Lan khéo khen
"... với làn da rám nắng"

ngoài ra không nói gì
rõ ràng về nhan sắc
nhưng trung niên, xuân thì
ông bảnh trai cái chắc

gặp ông thuở chưa đầy
năm mươi mùa vui sống
nhận ra ngay một tay
hào sảng rượu và bạn

ngồi bên ông mỉm cười
ông uống tôi ngấm rượu
chợt hiểu đạo làm người
phải tận hưởng lạc thú

lắm người bảo ông điên
tôi không cho ông tỉnh
tỉnh điên luôn luân phiên
mới thật sự bản lĩnh

ông mê, yêu trăm người
Á, Âu, Mỹ... có đủ

hoan lạc lẫn ngậm ngùi
đều thành thơ văn cả

ông thật với chính ông
với tấm lòng Nam bộ
không nói phét viết ngông
ai dám nghi ba xạo?

lần ông say nằm dài
tại nhà Nguyễn Đông Ngạc
tôi đã có chung vai
vẫn đỡ ông không nổi

trọng lượng không đến từ
thịt xương đang thêm tuổi
ở trí tuệ nụ cười
niềm ưu tư cuộc sống

ra mắt sách Thụy Khanh
đêm thơ nồng hương rượu
ông không hiền, chỉ lành
châm đậm tình bằng hữu

đi đâu và đến đâu
ông cũng là Lý Bạch
một Lưu Linh hàng đầu
nhưng tuyệt vời cốt cách

chúng ta xấp xỉ nhau
đều vượt trên bảy bó
chắc chắn còn giống nhau
mê tình như thuở nhỏ

thú thật tôi khoái ông
ở một số bài viết
soi nội tâm má hồng
từ tục chuyển sang tuyệt

nhiều thú vị từ ông
vụng về khó vẽ lại
nhưng vẫn nhớ nằm lòng
để bắt chước trẻ mãi

lâu ngày mới được tin
cha *Em Điên Xỏa Tóc*
tôi chợt thấy ra mình
vượt tháng năm bao bọc

ngứa tay họa tà tà
người *Nghe Mưa* uống rượu
không tiếng động nụ cười
niềm vui thơm hảo tửu

ông *Lớp Lớp Phù Sa* ơi
đất trời dẫu quá rộng
tôi sẽ sang Pháp chơi
ghé thăm ông một chuyến

như đám bạn Chu Trầm...
tôi mang theo vốn liếng
là nguyên khối chân tâm
của nghĩa từ tình bạn

ông chẳng cần đãi tôi
những cao lương mỹ vị
nhớ thết món gì thôi
ông vẫn khen hết ý

LAM HỒ

năm lên đệ tam C
tôi có nhiều bạn giỏi
danh sách dài lê thê
dễ chừng sáu chục đứa

nào là Phan Chánh Dinh
chữ đẹp và giỏi nói
quán quân giờ thuyết trình
hùng biện điêu luyện cãi

nào là Trần Vinh Anh
vào từ Phan Thanh Giản
trầm lặng đầy khôn lanh
thực tế hơn lãng mạn

nào là chàng Tô Yên
tên thật Lê Văn Nghĩa
thịt chắc như võ biền
mê thơ văn hết biết

nào ai nữa?... nhớ không
có ngay Nguyễn Hữu Nuối
ủa, hắn là chính ông
người thành danh trước tuổi

bọn ông chia hai phe
lập đoàn và lập hội
tôi thiêm thiếp im re
lủi thủi tập bơi lội

nhóm Cùng Đi Một Đường
của ông, Dinh và Nghĩa
thêm mấy bạn cùng trường
sớm có hồn đủ vía

riêng ông viết rất hăng
truyện ngắn, thơ, tùy bút
Gió Mới độc quyền đăng
trả hắn hoài nhuận bút

ông dùng tên Lam Hồ
nói lái lại sẽ biết
cái bóng dáng em nào
do chính ông thú thiệt

dĩ nhiên với riêng tôi
một thằng khờ lụt lịt
viết chữ đẹp quá trời
nhưng văn thơ lùn tịt

với ông, tôi cười cười
luôn thật tình tán thưởng
ông bảo tôi lùi xùi
nhận xét có chất lượng

niên học qua nửa năm
ông, Dinh, Anh, Cung, Nghĩa
ra Huế học Hán văn
tôi trơ trụi thấm thía

ông trở thành giáo viên
Dinh dạy tư trung học
Anh vượt như pháo thiên
làm hiệu trưởng trường cũ

tôi vẫn tôi triền miên
một mình một con chuột
đội mớ chữ thánh hiền
trôi cùng sông lấy được

và rồi ông biết ra
tôi cũng thằng dại gái
nhờ đó được nhẩn nha
nặn điệu vần cổ quái

tuy lùn nhưng nhanh chân
bất ngờ tôi chơi trội
Về Trời không phân vân
bù cho nhiều thứ mất

còn ông không hiểu sao
tự dưng ngưng tay bút
bởi vợ đẹp như sao?
cớ sự gì bỏ cuộc?

tôi bán tín bán nghi
vẫn tin ông thầm viết
chờ mãi chẳng thấy chi
ngoài con cùng người đẹp

sau một chín bảy lăm
ông, tôi thường gặp mặt
tiện đường tôi ghé thăm
trồng rau ông mang tặng

đoán ra ông nhát gan
thương vợ con quá đỗi
đành gác bút hưởng nhàn
làm vườn nghe gió thổi

năm tôi về Việt Nam
nhìn ông vẫn trẻ vậy
mặt sáng nét lạc quan
hồn xưa không cạo tẩy

ông không mập không cao
tôi sao ông chừng nấy
nhưng tươm tất bảnh bao
vẻ mô phạm trông thấy

Lam Hồ là j'aime Hồng
chuyện này tôi ông biết
mặt trời mọc phương đông
hai chúng ta đều thiệt

vẽ ông, nhìn giống tôi
đâu có gì là lạ
mỗi thằng nửa cuộc chơi
còn chơi được mấy bữa?

Lam Hồ, Luân Hoán đây
chờ email dài cổ
nghe nói bạn đã bay
khỏi Nai Hiên thuở nọ?

từ Pháp, Quảng, Anh, Tùng
mừng bạn đang phơi phới
trang chữ là bầu trời
phà hơi thuốc thay chữ

vẽ ông chẳng có gì
kèm theo cho vững bụng
cũng đành phải du di
chờ đợi một dịp khác

LÂM CHƯƠNG

thời niên thiếu ông trội
hơn tôi nhiều bực rồi
cả gan rời mái ngói
đi gom bụi vào đời

tuyệt vời những vốn sống
từ bến xe sân ga
nơi bờ sông bãi biển...
nuôi mạch máu đậm đà

khoái chơi vẫn ham học
mê luôn cỏ lá hoa
sớm hành nghề kèm trẻ
bén hương phấn lụa là

khởi từ một ánh mắt
của cô bé mê thơ
ông thả chữ tán gái
lên báo lớn, bất ngờ

chẳng có chi là lạ
nhờ khá sớm thành nhân

ông thành danh gọn nhẹ
như ơn đời trả công

địa linh Cồn Dầu Hạ
Tây Ninh hẳn thơm lòng
sinh gã không nhân kiệt
nhưng giàu có tang bồng

hách nhất là tên lính
rất ngon lành Việt Nam
dám sống bên cái chết
giữ màu xanh xóm làng

tôi thật tình hãnh diện
được quen, làm bạn ông
tuy rằng mỏng thân thiết
vẫn như máu trong gân

thời Bộ Binh, hăm bốn
tôi lười, ông lè phè
cùng "sinh viên báo chí"
chẳng mấy khi màu mè

gặp nhau đôi ba bận
mỉm cười thay bắt tay
không mày tao cởi mở
cứ như trời với mây

một lần ban báo chí
đấu rượu khóa hăm ba
ông đi đâu, tôi gánh
thắng, tái cả màu da

từ "gia binh Thiết Giáp"
chui về phòng còn nghe
tên Lâm Chương được nhắc
một tay rượu mấy ghè

ra trường, tôi chung thủy
với phương danh Bộ Binh
Biệt Động Quân, ông chọn
rốt cuộc lành thân mình

và vẫn giữ được đủ
ba cái thú Vị Xuyên (1)
tôi cu cu giữ một
cái hạng chót... lỡ ghiền!

chừ mỗi lần gặp mặt
nhìn ông uống mà thèm
không phải là thèm rượu
thèm phong cách thần tiên

ông sống thật thoải mái
rong chơi cùng tháng ngày
thành ra những con chữ
giống cha nó lượn bay

giảm gần hết thơ thẩn
dồn hơi thơm trang văn
những mảnh đời sống thật
lấp lánh nắng cùng trăng

xa *Loài Cây Nhớ Gió* (2)
Truyện Và Những Đoản Văn
rủ ông đi tới đích
của sứ mệnh nhà văn

Đoạn Đường Hốt Tất Liệt
đầy gai thơm ngát hương
Đi Giữa Bầy Thú Dữ
lòng ngậm ngùi xót thương

chúng ta đã là bạn
khen nhau khó vô cùng
cần chi phải làm vậy
cho người đời sửa lưng

vẽ ông muốn đủ bộ
đâm ra thành lung tung
ngừng tay, đọc ông viết
rõ từng nét chân dung

gần đây ông đi biệt
theo rượu hay theo tình
chắc ngoài hai bạn ấy
đâu còn gì hiển linh

hôm qua ông xẹt lại
hộp thư tôi vài dòng
trong khoảnh khắc tôi sống
chập chùng chuỗi thăng trầm

tháng năm cùng năm tháng
đi về đâu hỡi Chương?
vứt gần hết gánh nặng
lưng vẫn oằn đau buồn

---

1. "... ba cái lăng nhăng nó quấy ta..." (TTX)
2. chữ nghiêng tên một số tác phẩm của LC đã xuất bản

LÂM HẢO DŨNG

ngày Lâm Hảo Khôi thăm
(đến cùng bạn Nguyên Nghĩa)
tôi vẫn chỉ thấy ông
bềnh bồng trong sợi khói

sợi khói ông nhớ thương
"Ngày đi..." đành bỏ lại
xót xa lòng vấn vương
làm oằn tâm trí mãi

sức mạnh của nỗi buồn
mơ hồ như bão ảo
vốc tình vãi ngàn phương
qua ngôn từ thương nhớ

ơi Thuận Hòa Sóc Trăng
thêm vào đời tiếng khóc
ngày nắng đêm sáng trăng
mừng nụ tình mới mọc

năm đó năm bốn lăm
ngày vào cuộc kháng chiến
ông ra đời để cầm
cây súng đi giữ đất

phơi phới tuổi thanh niên
sáng trường Nông Lâm Súc
Cần Thơ ông bén duyên
để làm người tri thức

thanh cảnh dáng thư sinh
hồn đèn sách thắp sáng
mộng viễn du đăng trình
lên cánh "Mây Viễn Xứ"

thương đất trời mênh mông
mê bay khắp đây đó
thân đứng hồn phiêu bồng
nương thi ca mở ngõ

nhiều sân chơi văn chương
ông nở hoa bén cỏ
đua thơm cùng bốn phương
tôi ngộ ông từ đó

cuối thập niên sáu mươi
Trung, Nam cùng một dải
đã lờ mờ khoanh vùng
thở chung mà riêng cõi

tôi quả thật mơ hồ
với "Nhớ-Hoa-Lại-Thắm-
Bên-Đường" những sợi tơ
mở mối thân áo gấm

nhưng tin thi phẩm đầu
dấu chân tình ông bước
đã trằn trọc hằn sâu
những buồn đau đất nước

chiến tranh giúp chúng ta
cùng đi với khói lửa
vết thương liền ngoài da
ưu tư thêm giàu từng bữa

mỗi trận đánh qua đi
tuy có thêm dày dạn
mặt ngoài có chai lì
lòng trong thêm nứt rạn

ông có những Chu Pao
Tân Cảnh, Đường Mười Bốn,
Nam Căn Miệt U Minh
những vùng ba biên giới...
để gối súng tìm thơ
nhả đạn giữ hơi thở

tôi cũng thơ thẩn chơi
bên cạnh súng với đạn
chúng ta cùng bắn nhiều
những dòng tình lãng mạn

Luân Hoán

sự ướt át của thơ
không huê tình chính hiệu
mọi suy tưởng nhởn nhơ
đậm tình người nhược tiểu

tiếc thay chợt tan hàng
không trốn cũng đành chạy
mười thắng chỉ một thua
nghẹn ngào thơ máu chảy

gặp ông ở Làng Văn
thấy ông trên Văn Học
rồi có dịp mon men
nhìn nhau qua tin nhắn

hôm gặp Lâm Hảo Khôi
chợt thấy Lâm Hảo Dũng
mừng anh em, một đôi
vẫn theo thơ đi đứng

qua Khôi tôi đoán ông
vẽ chơi một đôi nét
nhân dạng từ tấm lòng
tâm dung từ hồn chữ

rất khó còn gặp nhau
đất dài đời đã ngắn
thơ thẩn còn mươi câu
mong nhau thơm mưa nắng

LÊ HÂN

sinh vào năm bốn bảy
ba tháng tuổi tản cư
ấu thơ thơm hương núi
trưởng thành tại xứ người

tầm thước khá lý tưởng
so với người á đông
nhã nhặn và vui tính
chân thật giữ thơm lòng

thể thao mê hai món
đánh golf chơi billard
thích du lịch, tắm biển
thơ thẩn chơi tà tà

khoái trình bày trang trí
mê cây kiểng trồng hoa
lâu ngày xa tổ quốc
lòng vẫn ở quê nhà

LÊ MAI LĨNH

dù ông là Lĩnh Mai Lê
hay Lê Mai Lĩnh hoặc Lê gì gì
với tôi vẫn Sương Biên Thùy
gợi nhớ một thuở thơ ghi cổng trời

thuở ông chưa quá chịu chơi
giang hồ đấm đá bằng lời trực ngôn
cao ngạo nhưng vẫn giữ hồn
cho thơ thẩn đủ sinh tồn cỏ hoa

đương nhiên chẳng vắng mượt mà
những cõi nuôi dưỡng thi ca sống đời
viết về ông, vẽ khơi khơi
may ra đúng ít tình trôi đời thường

thơ vần vè thường cải lương
nhưng tôi thú thật quen giường có em
mỹ nhân không là chiếu mền
nhưng hồn xác họ làm nên tôi và

có ông phơi phới tài hoa
làm chi chi cũng phải qua tình hồng
thơ ông chuyên chở núi sông
tự nhiên trong đó bềnh bồng mỹ nhân

nói xa lệch lạc, nói gần
tôi ông như cũng tương đồng chung chung
một thời bỏ phố lên rừng
rời rừng về phố, ung dung thật à?

làm chi hơn phải bỏ nhà
làm chi hơn nén thở ra chửi thề
muốn mê mà thật khó mê
về thì quá dễ nhưng về làm chi

ơi Mai Lĩnh Sương Biên Thùy
réo ông thù tạc bữa ni cuối đời
có thừa người đẹp biếu tôi
thêm giàu nhân ảnh tuyệt vời thờ chung.

LÊ TẤT ĐIỀU

biết danh ông lâu ngày
mới quen vài hôm nay
(nhận đại quen cho sướng
sau điện thư ông rầy)

số là thiếu chính xác
từ Tác Giả Việt Nam

tôi lượm tư liệu dỏm
phong ông nhiều ngạch, hàm)

lạc tài liệu minh chứng
tạm thời cười cầu hòa
gặp đúng lòng rộng lượng
ông tạm thời bỏ qua

với bản tính dí dỏm?
cùng cái tâm hiền hòa
kẻ thù còn cho học
tình yêu thương kia mà (1)

lỗi tôi quả rất lớn
lâu nay đã sợ rồi
được ông sửa sai sớm
không chừng tôi lại chơi

tôi vẽ những ngọn bút
không phân biệt thân sơ
nhưng thường bám kỷ niệm
cốt đẩy lời vu vơ

vài điện thư tôi nhận
như được lên dây thiều
thử vẽ ông chút xíu
may giống Lê Tất Điều

ông sinh vào tháng 8
ngày 02 năm bốn hai
nghĩa là mới bảy mốt
gánh bụi nặng trên vai

như thế ông quả thật
thua tôi hơn một năm

nhưng làm anh chững chạc
chiếu thơ văn ăn nằm

với tên cha mẹ đặt
61, ông *Khởi Hành*
bằng một tập truyện ngắn
chạm mặt ngay công danh

tiếp theo, không thừa thắng
nhưng vững tay tạo nên:
*Kẻ Tình Nguyện, Người Đá,
Những Giọt Mực, Anh Em*

cùng *Quay Trong Gió Lốc*,
với *Đêm Dài Một Đời*,
rồi *Phá Núi, Ngừng Bắn*..., (2)
Đóng Cửa Trần Gian, chơi

liệt kê thiếu thứ tự
không thể sót *Ly Hương
Thơ Cao Tần, Chân Dung "bác..."
... Quả Cười Đểu Mùa Xuân...*

tôi lệ thuộc vần điệu
ông lượng tình tha cho
sự ăn gian tên sách
cho phác họa ra trò

thật ra chẳng vẽ nổi
nét đặc biệt của ông
một ông quan có súng
không có đạn trong nòng

nhưng tâm có thể hiểu
qua bút hiệu Kiều Phong

dũng lược và đạo đức
"cứu người, chống quần hùng"

Giáng Lâm Thập Bát Chưởng
của ông là công tâm
phơi bày những sự thật
đánh thức kẻ đen lòng

tôi thú thực khoan khoái
đọc phác họa chân dung
ông vẽ một lãnh tụ
chính xác, đẹp lạ lùng!

tôi còn phải tiếp tục
chắp tay vái dài ông
thổi vù mấy tiếng trúc
thơ Việt sinh Cao Tần

tâm trạng kẻ lạc xứ
kẻ thất trận bất ngờ
cùng bao niềm đau xót
được ông trộn vào thơ

thật giản dị trung trực
thật thanh khiết ngọt ngào
có buồn không có hận
cùng cực còn ước mơ

tôi hồ đồ rồi đấy
lếu láo nhận xét bừa
bởi tôi khen cho mấy
cũng chỉ là dư thừa

ông thành danh lẫm liệt
từ hai thời, trong, ngoài
có ông cùng vùng đất
tôi ăn ké, cũng oai

chắc có người sẽ chửi
tôi thêm một vài câu
không sao, còn đồng đội
thấy ấm trong bụng rồi

chừ cần thòng một chút
nhân dạng ông cho vui
hình như không cao lắm
hay giàu thịt đè người

hồi đi làm nhà giáo
lúc đi làm ông quan
khuôn mặt tròn và sáng
không thiếu gì em ham

không hiểu người sửa túi
khoái hôn ông chỗ nào
chỗ tôi đoán chắc trật
ông tình thiệt thử sao!

biết ông sẽ đại xá
bắt chước ông tập cười
cho dù ông bắt méo
biết vui là được vui

cảm ơn ông lần nữa
Kiều Phong, Lê Tất Điều
Cao Tần vẫn một chiếu
phóng thơ lên như diều

---

1. theo ý thơ:
"ông sẽ mở ra nghìn lò cải tạo
lùa cả nước vào học tập yêu thương – Cao Tần"
2. chữ nghiêng tên các tác phẩm của LTĐ, không theo
thứ tự xuất bản, - Ngừng Bắn Ngày Thứ 492 (tên đầy đủ)

LÊ VĨNH THỌ

trong chân dung mỗi người
tôi hiện diện một nửa
người nhìn ngắm lại người
chắc chỉ thấy từa tựa

dù ông, bạn chí thân
không đặc biệt hơn được
nên phác họa nhiều lần
vẫn thấy cần vẽ lại

chừ bố cục hẳn hoi
ông ngồi im giùm nhé
có nét nào khó coi
cú một cái nhè nhẹ

trước tiên dáng bên ngoài
mười cô chín cô khoái
đâu cần khen đẹp trai
cỡ Kim Trọng, Từ Hải

điểm nổi bậc thấy liền
tóc lừng xừng rẽ giữa
khuôn mặt không chữ điền
hơi lai dân bơ sữa

mắt sáng chân mày ngang
quai hàm cứng nhẵn nhụi
tổng thể rất vững vàng
chàng Tuấn của Nguyễn Vỹ

miền bắc quê ông bà
đất nam nuôi cha mẹ
ông nói giọng Sài Gòn
ấm vang thật gọn nhẹ

tốt nghiệp làm ông thầy
đi chấm thi Đà Nẵng
bợ đóa Lan thơ ngây
tôn sắc hương làm vợ

hồi đó đã quen ông
nhưng bận đi săn giặc
tôi bỏ mất cái bông
thơm lừng cả thành phố

ông khá chọn bạn bè
hạn chế những giao hảo
thích góp ý, lắng nghe
thẳng thắn và cởi mở

nghề mô phạm luyện ông
thành ông thầy nghiêm nghị

sống thật với tấm lòng
vị tha liền vị kỷ

không chấp nhận độc tài
không dung túng tham nhũng
cảnh chướng mắt trái tai
ông nhiệt tình nổ súng

xã hội đầy nhiễu nhương
ông thường xuyên bất mãn
có thể nói chung thân
ông biến thơ thành đạn

rất chính xác, không ngoa
ông làm thơ để thở
tình cho đời thiết tha
nên thơ giàu chất nổ

xưa ông làm thơ dài
chừ ông làm thơ ngắn
và mục đích cả hai
triệt hạ những cay đắng

thơ xưa là canh nông
thơ chừ là dao nhọn
đó chính là lời ông
ví von cách mình viết

cho dù ngắn hay dài
ngôn từ thanh hay tục

thơ ông bất cứ ai
cũng gật gù khi đọc
dù dị ứng kinh niên
nhưng chẳng phải lập dị

bởi xã hội triền miên
hại nhân quyền, đố ky

ông yêu đời yêu người
và yêu vợ số một
dân tộc là tình nhân
không dễ gì bỏ sót

khoảng đời sau bảy lăm
ông thầy, ông quan một
biết rõ trại biệt giam
quyết giữ sách không đốt

dung thân tại Bình Dương
làm thơ và uống rượu
hóa giải những nỗi buồn
làm bụi bay trên bụi

ông "mất dạy" rất lâu
vẫn đông môn sinh học
và học trò của ông
lộn xộn nhiều lứa tuổi

ông chỉ dạy Anh Văn
hay truyền bá gì nữa
thật khó tin thăng bằng
trong trái tim hực lửa

tôi làm thơ mỗi ngày
ông làm thơ từng khắc
có khi đang loay hoay
trên bụng vợ thơ mọc

chưa in tập thơ nào
tay viết của Văn Học

chẳng lẽ để tế bào
thơ đời đành mai một?

những *Thơ Tình Viết Chơi
Cõi Nhân Giam* sống thực
xin gắng gởi cho đời
những *Ngụy Từ Loạn Ngữ*

ới Lê Vĩnh Thọ ơi
mày trách tao đủ thứ
tao chỉ nhắc nhỏ thôi
vẽ mày, tao nhớ lắm

sao chưa thấy gởi qua
những gì mày đã hứa
tao sắp sửa thành ma
chờ tin mày từng bữa

nếu sống chỉ làm thơ
đã là không vô ích
tao lặp lại ý mày
nhắm mắt tràn nước mắt

tái bút:
bởi bản vẽ sơ sài
mời xem những nét trước
dù cũng chỉ lai rai
xin cảm ơn bằng hữu:

Giữ Riêng Vài Nét Như Là...

ở cùng Trịnh Hoài Đức
một đời không cúi đầu

ngưỡng mộ Cao Bá Quát
tỉa bắt từng con sâu

gói lòng thơm hương sách
ngọn Thơ Tình Viết Chơi
vịn mùi âm động đứng
thong dong cười nhìn đời
(LH Một Đời Thơ)

Nhật Ký ngày 28-11-2010

bạn ta, Lê Vĩnh Thọ
làm thơ thật dễ dàng
đọc thoáng thấy hơi tục
nghĩ sâu thật đàng hoàng

xin trích dẫn vài đoạn
mời các bạn đọc chơi
cũng là cách tiếp đạn
cùng những người hụt hơi:

*"tôi không tin rằng có
cái gọi là tình nhân
nhưng chắc chắn em có
cái gì đó trong quần"*

cái gì đó không hẳn
là linh vật chung chung
cái gì đó có thể
là nghĩa trang anh hùng

xin trích thêm đoạn khác
cũng rất là ba lơn

nhưng phản ánh dũng khí
của đa số đàn ông:

"vào mật khu là đại
vẫn liều lĩnh dấn thân
tôi sa cơ thảm bại
rút quân và mặc quần"

bạn có quyền suy tưởng
đánh giá theo ý mình
hãy hào sảng chân thật
giữa cuộc đời u minh

bạn hẳn là nam tử
vời vợi bậc trượng phu
không khác Lê Vĩnh Thọ
với bản tính đặc thù:

"thà trần truồng chết đứng
không qui lụy cường quyền
vì em mà nằm xuống
vẫn quen thói nằm trên"

hoa cốt cách hương sắc
người tinh túy sắc hương
tình yêu và tình dục
cần chân thật bình thường:

"trên môi và trong háng
đừng giấu gai hoa hường
em hãy nằm chàng hảng
để nở hoa hướng dương"

đại khái thơ của Thọ
là "Thơ Tình Viết Chơi"
không thất tình loạn xạ
viết thơ tình để đời

bạn ta, Lê Vĩnh Thọ
ngày ngày vẫn làm thơ
ngôn ngữ đượm khinh bạc
tình ý thật đơn sơ

thưởng bạn, không có rượu
chỉ có lòng mong chờ
bạn "viết chơi" mãi mãi
không thơ mà có thơ

hôm nay ta nhớ bạn
nhớ luôn cả ngày nào
muốn xem ta hít đất
một chân thử ra sao

thì cũng giống như bạn
không khác với mọi người
cũng lúc lên lúc xuống
cả khi buồn lúc vui

thơ bạn là vậy vậy
thơ ta thì vầy vầy
chúng ta là tri kỷ
và vẫn còn nhau đây

(Montréal, 09 giờ 45 chủ nhật, -C, 28-11-2010)
những đoạn in nghiêng: thơ Lê Vĩnh Thọ

LỮ KIỀU

tình tứ danh Thương Nguyệt (1)
lộng lẫy danh Lữ Kiều
đất trời thần kinh Huế
cảnh đẹp người mỹ miều

bởi đầy lòng mê gái
tôi đã vội vẩn vơ
tưởng tượng ra người đẹp
mang luôn vào giấc mơ

cũng may chưa đến nỗi
lẩn thẩn được thất tình
viết lạng quạng vớ vẩn
gởi ông Cung ông Minh

già tháng năm vẫn lạ
người, đất xứ Thần Kinh
bởi tuy công tử bột
lại lo ngại linh tinh

xưa nay đã gần đất
chừ sắp sửa gần hơn
mới bắt tay ông Nguyệt
riêng ông Kiều vẫn còn...

còn là còn xa lắc
khó hưởng được hương thơm
từ trái tim bộ óc
người vì đời sẵn lòng

khoái ông qua chữ nghĩa
nguồn văn chảy như thơ
ưu tư giàu lãng mạn
tình như nước tràn bờ

với thân thể cao lớn
với tâm hồn phì nhiêu
vạn vật người và cảnh
ông chia đều thương yêu

đời lên đỉnh tiến sĩ
thơm tay nghề y khoa
ngoài chức năng bác sĩ
văn thơ kịch hài hòa

bạn ông, Đỗ Hồng Ngọc
phác họa ông tài tình
bằng chữ và nét vẽ
rực rỡ Thân Trọng Minh:

hào hoa cùng khinh bạc
bến lẽn lẫn thật thà
trầm tư và trí tuệ
ông vượt bực tài hoa

sinh trên đất vua Nguyễn
rơi vào năm bốn hai
chức thượng thư đành hụt
làm dân dã đa tài

Nguyễn Lệ Uyên than khó
khi viết về văn ông
tôi càng lắm hời hợt
khi định vẽ chân tâm

ấy vậy vẫn cứ khoái
cho nguồn chữ phiêu bồng
bởi tin ông đại xá
tật xấu thằng chơi ngông

đời chưa là bằng hữu
ngoài bút danh quá quen
qua sáng tác được đọc
như đèn ngưỡng mộ trăng

mới đây bùi ngùi đọc
ông tự thán với lòng
vài câu mà tôi thấy
có luôn mình bên trong

(đại khái): "lửa không còn",
(hình như): "than cũng tắt,
chỉ còn tro, may ra
còn phù du sợi khói"

thấm thía tình ông viết
nhẹ nhàng như hơi thơ
"nỗi buồn hòa nỗi mệt..."
tôi rơi hút bất ngờ

đời ông đang quá đẹp
với Thân Trọng Điền Trang

trăng thơ và bè bạn
chưa xóa nét bi quan?

Lữ Quỳnh cùng Khuất Đẩu
Nguyên Minh với Đinh Cường
Đỗ Nghê, Từ Thế Mộng
Thiếu Khanh cùng Sâm Thương...

còn nhiều nhân kiệt nữa
cùng ông phân phát hương
tôi vời xa ngàn dặm
vói lòng chia vui buồn

hỡi "Chàng Nho Sinh..." Huế
tìm chi "... Dưới Gốc Tùng"?
"Trên Đồi Là Lô Cốt"
đời chưa dễ cáo chung

"Lãng Ca" từ thuở nọ
từng mang ông giang hồ
những nụ thơ nho nhỏ
nở bừng tình thơm tho

vẽ ông là cái cớ
giới thiệu láo về mình?
đúng vậy và không vậy
chỉ ham viết linh tinh

nếu vui, ông dành rượu
tôi trình diện bất ngờ
ngồi yên cho ông khám
tìm con vi trùng thơ

LỮ QUỲNH

những văn tài xứ Huế
tôi thuộc tên khác nhiều
dù chỉ chuyên đọc cọp
tại quán sách mỗi chiều

rất nhiều lần ma giáo
vờ hỏi mua món gì
biết chắc sẽ không có
rồi rỉ rả nhâm nhi

thơ thẩn đọc khá lẹ
văn xuôi bất khả thi
chỉ liếc qua vài đoạn
cũng đủ lộ mặt lì

trong những tác giả trẻ
tôi thường chọn Lữ Quỳnh
một phần do tên gọi
nghe dễ thương xinh xinh

lần đầu hơi ngờ ngợ
thầm nghĩ Tôn Nữ chăng?
mường tượng ngay khuôn mặt
trái xoan mượt ánh trăng

Lữ Quỳnh vào thời đó
khởi dựng tờ Gió Mai
cùng Lữ Kiều, Ngy Hữu
trải chữ tình lai rai

cho đến năm bảy chục
Ý Thức được ra đời
tại thủ đô nghiêm chỉnh
gom nhiều tay chịu chơi

ông Phan Ngô từ đó
in truyện ngắn, truyện dài
Cát Vàng vun sự nghiệp
người sinh năm bốn hai

sách đầu tay bán chạy?
Sông Sương Mù nối chân
tiếp tục *Vườn Trái Đắng*
Những Cơn Mưa Mùa Đông

vốn học sinh Quốc Học
ra dạy trường Bán công
yêu đời nên vào lính
giữ em thơm môi hồng

một năm với Đà Nẵng
mười năm với Quy Nhơn
mảnh đời quân y viện
chất văn thêm mặn nồng

chơi cùng Hoàng Ngọc Tuấn
Nguyễn Mộng Giác, Doãn Dân
Lê Văn Ngăn, Võ Phiến
Trần Hoài Thư, Huiền Ân

và những Võ Chân Cửu
Trần Hữu Lục, Nguyên Minh,
Ngụy Ngữ, Châu Văn Thuận
Đỗ Nghê... những thân tình

ông thật giàu bằng hữu
giàu đất để dụng văn
nhuận bút đủ ăn học
bè bạn khó theo bằng

đang ngon lành như vậy
anh đồng minh hạ màn
một chế độ nhân bản
bị bức tử sang trang

ông được ra Ái Tử
hành xác trại Cồn Tiên
mắt môi hồng Quảng Trị
đọng thành thơ, ngủ yên

vượt đến được đất tốt
ông tự thấy mình già
nhân mừng ngày sinh nhật (1)
thắp thơ thay nến, hoa

tập thơ tình đời đẹp
ấm hương thơm kiếp người
và ông bước tiếp tục
bằng bút ký ngậm ngùi (2)

thật ra ông vẫn trẻ
vì ông vẫn đa tình
Phan Ngô nghe già thật
nhưng trẻ trung Lữ Quỳnh

tôi tưởng mình đã hụt
dịp gặp người dễ thương
rất may cũng đã được
bắt tay người sông Hương

ông, dáng cao dong dỏng
nụ cười hiền nhẹ nhàng
chị Kim Nhung một thuở
chắc không phải dễ dàng...

được thỉnh thoảng liên lạc
qua vài dòng điện thư
tôi ngồi hình dung mãi
vẽ ông răng bây chừ?

nhớ tưởng bằng trí óc
rất dễ vướng hồ đồ
lắng lòng tình có đủ
thơm từng nét vào thơ

hình như còn hơi ấm
bàn tay ông trong tay
phảng phất lời trò chuyện
chợt bay vòng quanh đây

nhà anh Nguyễn Mộng Giác
hôm đó, tôi, Thành Tôn,
Lữ Quỳnh và gia chủ
được vui như trẻ con

xưng ông trong bài viết
cho trang trọng đàng hoàng
chẳng phải là khách sáo
xa cách thiếu nhẹ nhàng

ông, anh không thay đổi
tình cảm giữa bạn bè
gởi nhau vài phút nhớ
như trăng không mây che

---

(1) *Sinh Nhật Của Một Người Không Còn Trẻ (thơ, NXB Văn Mới, Calif. 2009)*
(2) *Đi Để Thương Đất Nước Mình (ký nxb Văn Mới Calif. 2012)*

LƯƠNG THƯ TRUNG

nhỉnh hơn ông một tuổi
sắc nhan già như nhau
nếu chỉ so khuôn mặt
cùng lỉnh kỉnh tóc râu

tôi khen khéo tôi đó
nếu trẻ hơn nhờ đâu?
có lẽ thường hít đất
món thể dục hàng đầu

nhớ thời ông làm khách
cùng đám bạn Boston
nhà tôi không đủ ghế
tiếng cười chật ních lòng

liếc thấy ông nhấp nhỏm
gương mặt hiền thêm hiền
ngỡ như bị kiến cắn
vẫn cười nói hồn nhiên

thú thật, tôi hôm đó
chưa biết nhiều về ông

chàng công tử Sa Đéc,
anh nhà giáo nhiệt tâm

biết ông trọng chữ nghĩa
sẵn cây nhà lá vườn
tôi liều mạng tặng đại
mấy vồng tình buồn buồn

không ngờ bắt trúng mạch
một đồng cảm dễ thương
"lục thập nhi nhĩ thuận"
người rộng Hán chơi luôn

một bài bình thơ thẩn
đúng hơn là tuổi đời
của những người sắp sửa
chạm vào thời dở hơi

bài viết ông quá tuyệt
nhờ ông, tôi thấy ra
nhiều điểm mà khi viết
không hề nghĩ sâu xa

lần hồi tiếp theo đó
tình giấy mực đậm đà
ông in năm tác phẩm
gởi cho tôi được ba

với *Bến Bờ Còn Lại*
tôi gặp mặt An Giang
một vùng đất "cổ tích"
thơ mộng của "phương nam"

dĩ nhiên tôi còn gặp
biết bao nhiêu ảnh hình
có linh hồn hơi thở
đang ngủ trong tim mình

quê nhà một cơ thể
với trăm ngàn tế bào
Lương Thư Trung tỉ mỉ
nhớ không sót chỗ nào

tôi khoái ông trải bút
đầy thân thiện gọn gàng
kỷ niệm như sờ được
thời gian còn ngân vang

tôi vào hồi lên chín
có hai năm ở làng
hương bùn mùi lúa chín
bén rễ tận tim gan

ông hẳn còn hơn thế
với biệt danh Hai Trầu
ông mang những nhan sắc
miền Nam mạn trân châu

từng *Mùa Màng Ngày Cũ*
kéo tôi về tuổi thơ
bắn chim tát đìa cá...
lững thững đi phất phơ

trong mỗi một bút ký
hiện diện trăm bài thơ

chẳng khác gì cái túi
thò tay vào ra thơ

"*Lá Thư Từ Kinh Xáng*"
chắc đã lên số trăm
tôi đọc chỉ loáng thoáng
cũng đủ nghe ấm lòng

những đề tài câu chuyện
giản dị sống lòng vòng
không làm dáng trí thức
kiến thức nằm bên trong

hỡi người cùng trang lứa
đừng nghi ngại lời khen
tôi thực tình muốn ké
hương trầm loang ánh trăng

đã lâu rồi không gặp
tửu lượng chừ ra sao
chắc vòng hai hơi bự
vòng một hơi lõm vào

tôi thì y chang vậy
ông mường tượng dễ thôi
khi nào có rảnh rỗi
soi gương là thấy tôi

mỗi ngày vẫn chờ đợi
khép lại vòng trăm năm
tôi tin ông cũng vậy
qua hết chưa thăng trầm?

LƯU NGUYỄN

hồi cừu non sang sông
ông hay làm tài xế
chở tôi chạy dông dông
tay lái ẩu đáng nể

bốn bánh xe hơi già
nhưng bác tài trẻ khỏe
không chịu chạy tà tà
qua nơi tôi ngấp nghé

bất ngờ đến một hôm
ông tự nhiên thay xế
từ biệt cái xe-con
dùng xe có tài xế

buýt và métro
cộng cùng với lội bộ
chơi liền mười mấy năm
đến nay vẫn... thật ngộ !

nhớ hồi đó ông ngon
giữ vài vai chủ tịch

danh thơm cả cộng đồng
quen ông thật quá thích

chính trị lẫn văn chương
lỉnh kỉnh hai vai nặng
thêm công việc đời thường
vẫn không quên chè chén

xuất thân làm ông thầy
có đại học sư phạm
chưa kịp lội đó đây
dù có vào Thủ Đức

cũng vượt biển vượt biên
vào tù, trại tỵ nạn
trời thương tặng ổ chim
Montréal, Québec

ông chính thức làm thơ
không ký Nguyễn Thế Nghiệp
tên hay thế, ai ngờ
ông muốn làm Lưu Nguyễn

thơ văn toàn đăng chùa
nhiều khi cũng mất thú
ông quyết không chịu thua
làm báo chùa cho biết

Vượt Biển (1) được mấy năm
đổi danh thành Nắng Mới (1)
tôi cũng được cho nằm
kéo thơ như bợm hút

tờ báo tuy biếu không
nhưng khá nhiều cây bút
không hề thiếu tiếng tăm
4 năm sau bỏ cuộc

thời gian này rất vui
hội họp ra mắt sách
bạn văn bốn phương trời
vui vẻ ghé tấp nập

riêng tại Montréal
tuy rằng không lập nhóm
cũng chỉ chơi loanh quanh
sáu, bảy tên liều mạng

theo quy tắc tự nhiên
hợp tan cùng suy thịnh
chừ mỗi thằng mỗi riêng
nửa năm mới cụng chén

ông chừ đang qua sông
đủ nhà lá nhà ngói
tôi tiếp tục viển vông
chơi toàn trò nhịn đói

vẽ ông thảo lòng vòng
lạc xa đề lăng lắc
rườm lời kể như không
nếu vụng cô đọng lại

đã sáu mươi sáu năm
ông Quế Sơn xứ Quảng

thân thể tiếp tục tròn
không cao cũng chẳng thấp

sau *Tri Âm* gởi đời
vì *Ngày Qua Rất Vội*
ông thủng thẳng giữ hơi
để tung đòn tình mới

Trái Tim Người Biết Yêu
quả thật là thú vị
không ít cũng không nhiều
làm vui ông thi sĩ

từng giới thiệu thơ ông
nên chừ không lặp lại
bởi tôi nói như không
mời bạn đọc thoải mái...

hôm nay sắp ấm rồi
ông còn nợ các bạn
trình diện nửa cái đời
ông mới vừa tiếp quản

đã là tay rượu cừ
ngại chi chuyện lẻ tẻ
ông vừa cõi tiên về
chúng tôi chờ ông hú

hãy rủ Lê Quang Xuân
khoe em luôn một thể
chúng tôi vỗ tay mừng
biết chừng đâu bắt chước

(1) tên tạp chí

MẠC PHƯƠNG ĐÌNH

thời tản cư Tiên Phước
tôi thường xuống Tam Kỳ
theo mẹ, chị buôn bán
thật, đi cho có đi

tôi thằng cu lên sáu
kè kè hai hòn bi
hở tay đem ra bắn
đâu biết bán buôn gì

hồi đó ông nhiều lắm
hơn tôi vài ba năm
nhưng biết đâu trời đất
đã sớm dạy ông khôn

Cẩm An là vùng đất
thuộc Tam Kỳ địa linh
tôi đoán chừng chừng vậy
bởi ông dáng thông minh

người trắng trẻo cao ráo
quý danh Lê Tuấn Ngô

chữ Tuấn là tuấn tú
chữ Ngô là khôi ngô

chừng nấy đủ chứng tỏ
vóc dáng ông ngon lành
đủ cho đám xuân sắc
nằm trằn trọc năm canh

và đến thời dụng bút
khởi sắc qua thơ văn
ông dùng thêm họ Mạc
độc đáo khó ai bằng

sau họ có chữ lót:
Phương là hương thơm
tên Đình là tụ điểm
của các vị thánh thần

tên đẹp, bút hiệu đẹp
thơ văn cũng đề huề
tạo nên một danh sĩ
thơm thành thị, thôn quê

tôi biết danh ông sớm
chứng thực bất hư truyền
khi đã có liên lạc
qua văn thơ làm duyên

ông tặng các thi phẩm
trang trọng in để đời
gồm Lời Ru Của Mẹ
và Ru Người Ru Đời

cùng Những Dòng Kỷ Niệm
chữ nghĩa nồng hơi người

chịu thơ ông bậc nhất
nhà văn Tràm Cà Mâu
nhà thơ Chu Vương Miện,
Thái Tú Hạp, Lam Điền...

dĩ nhiên còn nhiều nữa
những tri kỷ hồng nhan
những người yêu tiếng mẹ
còn giữ hồn Việt Nam

tôi cũng từng xí xọn
sai ông Hà Khánh Quân
theo thơ ông đi trọn
mươi trang chữ lung tung

ngoài nghề thơ sành điệu
ông cũng ngọt đường văn
Tấm Thẻ Bài trình diện
chứng tích đời phong trần

tác phẩm này ông ký
bút hiệu An Cẩm Sơn
làng quê ông là núi
hay ngụ ý cao hơn?

vẽ ông, tôi, thật sự
không dám liều ba hoa
thành ra nếu thiếu sót
mong ông bạn bỏ qua

MAI VĂN PHẤN

hai năm liền không nhận
từ bạn ít dòng "meo"
sáng nay bỗng thấy nhớ
Vách Nước lên tiếng reo

biết chắc chừ nơi bạn
trời đất đang vào đêm
riêng thơ bạn vẫn sáng
cho dù đang trùm mền

đêm đông lạnh mà lị
Hải Phòng có chi vui?
bạn văn đã mấy chị
tiếp viện luôn nụ cười?

nghe tin cánh nhà nước
ra luật "người làm thơ"
bạn có lo ảnh hưởng
tâm thức gì không nào?

tôi có đọc đâu đó
bài ông La Hán Phòng
(Hải Phòng có la hán
vị thứ mấy - vàng, đồng?)

biết bạn có thơ mới
được đánh giá "thong dong"
xin vỗ tay tán thưởng
nhà thơ chín "con rồng"

từ Gọi Xanh, Giọt Nắng
đến Nghi Lễ Gọi Tên
bản năng hay truyền thống
đều là óc với tim

và Đột Nhiên Gió Thổi,
lời Cầu Nguyện Ban Mai
Người Cùng Thời cùng nổi
qua Hôm Sau dài dài

bây giờ đã vững bụng
Bầu Trời Không Mái Che
sá gì một nhúm luật
gióng thử nhằm hăm he

nhớ bạn, lục đọc lại
mail, delete cả rồi
ơi Sông Hồng châu thổ
mừng biết bạn còn chơi

Luân Hoán

MANG VIÊN LONG

mất cha trong bụng mẹ
mất mẹ sau tám năm
hạt giống của trời đất
vẫn vươn mình thong dong

không chỉ là bút hiệu
tên khai sanh đàng hoàng
ôm dòng họ rất lạ
trôi ấm theo thời gian

ra đời năm bốn sáu
âm lịch nhằm Giáp Thân
đất An Nhơn Bình Định
nở thêm một loại bông

xuất thân trường sư phạm
nổi danh xứ Quy Nhơn
về Tuy Hòa cấy chữ
khởi mạch viết xuôi dòng

từ nhiều vạt văn hóa
nghệ thuật lẫn văn chương:
Bách Khoa, Văn, Ý Thức...
những tao nôi miền Nam

ông hình thành tốt đẹp
bốn tập truyện liền nhau
cộng một tập tùy bút
trước một chín bảy lăm:

Trên Đỉnh Mù Sa... rộng
Mùa Thu Trống Trải... buồn
Phố Người... ai mong ước
Có Những Mùa Trăng... thơm

lòng nhà văn kết nụ
Đóa Hồng Cho Người Yêu
một loại hoa bất tử
bằng ngôn ngữ thương yêu

mạch văn được tiếp nối
ba mươi mốt năm sau
bảy năm bảy tác phẩm
thật sung mãn đều tay

tất cả đều truyện ngắn
mỗi truyện nhiều cảnh đời
hơi thở từng nhân vật
nhiều góc cạnh phận người

nay tuổi đã sáu tám
thua tôi gần ba năm
nhưng mặt mũi trẻ lắm
nói chi cái tấm lòng

tôi tin ông còn viết
còn in tiếp dài dài
nghề văn vẫn dành ghế
cho ông, một văn tài

NGÔ THẾ VINH

qua Nghiêu Đề giới thiệu (1)
ông tạt ngang thăm tôi
nhân chuyến đến Đà Nẵng
ngắm sông núi, con người

tôi tự nhiên lúng túng
nghe tin đã bồn chồn
bởi chưa quen tiếp đón
rồng xanh đến nhà tôm

tôi quen uống nước ngọt
tiếp ông chẳng có trà
hiên nhà hẹp gió lọt
chen ngồi cùng chúng ta

cũng như vài bạn trước
ông ghé bắt tay cười
xuề xòa lời thân mật
rồi vỗ vai rút lui

ông về tôi ân hận
đạm bạc quá vì nghèo
dù đầy lòng trân trọng
tiễn chân còn vọng theo

nhờ vậy tôi kịp nhớ
tác giả *Vòng Đai Xanh* (2)
vóc trung bình đầy đặn
khuôn mặt lành, tinh anh

mày rậm sống mũi thẳng
mắt môi cười rạng ngời
miệng rộng cằm vuông vức
rõ đẹp trai hơn tôi

hao hao Nguyễn Mộng Giác
dáng khoan thai nhẹ nhàng
đầy tự tin cởi mở
ngó là biết dân sang

không cần vịn quần áo
thành phần hay văn bằng
chỉ nhìn vào phong thái
hòa nhã rất văn nhân

dĩ nhiên tôi nể phục
nghề bác sĩ y khoa
tổng thư ký, chủ bút
ươm trồng chữ thành hoa

một tạp chí độc đáo
mang đúng nghĩa Tình Thương
quy tụ nhiều bác sĩ
ông chăm sóc đưa đường

gặp tôi, ông đã có
Mây Bão cùng *Bóng Đêm*
Gió Mùa và mới nhất
bề thế *Vòng Đai Xanh*

được gặp được tặng sách
bối rối thêm vụng về
thật không dám trả lễ
giả lả cười đỡ quê

từ sau lần gặp đó
thỉnh thoảng ông nhắn tin
chắc ông thương thằng lính
chỉ viết bậy thơ tình

ông cũng dân quân đội
y sĩ trưởng liên đoàn
81 Dù-Biệt-Cách (3)
lon đủ gọi đại bàng

sau khi thêm tác phẩm
Mặt Trận Ở Sài Gòn
cũng như tôi, đành chạy
khỏi nước giữ lấy hồn

quê người được tái ngộ
qua những dòng email
nhìn nhau trên bìa sách
tình thân như trăng treo

xưa ông thích rừng núi
chừ chuyển sang biển hồ
lòng ông luôn lót xuống
non sông nồng ca dao

ông đi sờ cây lá
lội sóng bụm nước xanh
nhìn tận những linh thể
tìm tổ quốc tinh anh

ông lo *"Cửu Long Cạn"*
"Biển Đông Dậy Sóng" to
tiểu thuyết nối bút ký
gióng tiếng chuông, buồn lo

từ *Mekong... Nghẽn Mạch*
tôi được nhận đều đều
những tâm huyết ông gởi
đến muôn người dân nghèo

thương mến thằng bạn cụt
thiếu điều kiện leo trèo
ông mua tặng sách quý
như nhắc tôi gắng theo

biết tôi mê hội họa
(bởi chơi thân Nghiêu Đề)
tác phẩm Huỳnh Hữu Ủy
ông tặng khá nhiêu khê:

người mua, người ký tặng
người chịu cước gởi quà
xin chân thành cảm tạ
tấm lòng của cả ba (4)

sách của ông tái bản
chuyển ngữ sang Anh văn
ông gởi tặng đầy đủ
tặng lại gì? băn khoăn...

chỉ gởi vài dòng chữ
gói vụng lời cảm ơn
ông đọc không cười mỉm
nhưng chắc có nhẹ lòng

hai năm nay dẫu vắng
dòng điện thư lại qua
mừng thấy ông trên mạng
vẫn phong phú đậm đà

kỷ niệm không đong đếm
tuyệt vời ở mùi hương
xuất phát từ thân mến
từ tâm giàu yêu thương

ngồi phác họa mấy nét
giữ ông trong ngũ ngôn
chỉ là một hình thức
giữ nhau ở trong lòng

sai lệch, thiếu trung thực
đương nhiên dễ xảy ra
ông nhìn ông hơi lạ
chắc cũng cười bỏ qua

một mai nếu được gặp
giữ hơi tay trong tay
nghe kể chuyện sông nước
run nhiều lắm vài giây

đã cùng trên bảy bó
ông hơn tôi hai năm
cùng rất giàu hạnh phúc
bởi đời còn tri âm

---

1. Nghiêu Đề, họa sĩ 1939-1998
2. chữ nghiêng: tên tác phẩm của Ngô Thế Vinh
3. binh chủng Biệt Cách Dù
4. - Huỳnh Hữu Ủy ký tặng Nghệ Thuật Tạo Hình VN Hiện Đại
   - Ngô Thế Vinh hoàn ấn phí
   - Phạm Phú Minh đóng gói và cước phí

NGU YÊN

không thấy hiền gì mấy
dù tên Nguyễn Hiền Tiên
nhưng sật sừ dễ thấy
lồ lộ cái cốt tiên

sinh năm-mốt cộng một
tại Bình Định Kim Châu
học luật chưa thành luật
vượt biên từ Vũng Tàu

sau nhiều năm lạng quạng
lãng du mang bụng bầu
để cách năm hai đứa
thật kháu khỉnh tinh khôi

tưởng "Hóa Ra Nét Chữ
Lên Đàng Quẩn Quanh" chơi
đâu ngờ là thứ dữ
"Tựa Đề Ở Bên Trong"

làng thơ đất hải ngoại
ngất ngưởng thêm Ngu Yên
cho chữ nghĩa được thở
ý tưởng, phong cách riêng

ông cắt nghĩa cặn kẽ
và vô cùng thông minh
qua giọng đùa dí dỏm
về bút hiệu của mình

hai tĩnh từ đứng cạnh
Ngu nghĩa là không khôn
Yên: an lành trầm lặng
nhập thế tục boong boong

thành danh từ nếu nối
hai chữ liền một hơi:
Nguyên thịt da một khối
sống chết "điềm nhiên cười" (1)

sẵn đà, ông minh định
trí tuệ lẫn tâm hồn
thói quen, nét đẹp xấu
sừng sững cụm núi non

ngay trong khi ông động
vẫn cứ tĩnh như thường
không chi phối, tận hưởng
phút chao đảo chiếu giường

cùng lúc ông nói giỡn
cũng là phút trải lòng
theo thơ mọc lởm chởm
thoang thoảng hương dị nhân

không kỳ chỉ có lạ
rất mới trong cũ mèm
tư duy lẫn ngôn ngữ
trong nguồn thơ bồng bềnh

hình như không khởi xướng
nhưng thực hiện liền liền
những bước tân hình thức
ấn tượng đẹp, hữu duyên

trong chữ nghĩa ông sống
lộng lẫy hồn vía tình
giàu hình ảnh sinh động
sắc cùng âm hiển linh

sau "Hỡi Ơi" tiếp tục
"Hãy Cho Ta Sống Giùm
Đời Nhau" chừng năm phút
đủ nghĩ viết từng chùm

"Thơ Và Của Thơ" hát
cùng "Thi Sĩ Và Tôi"
"Bóng Nắng Khuya" thành nhạc
"Tiếng Cười Chạm Thiên Thu"

đọc thơ ông khoái quá
lòng đã bảo bụng rằng

nếu may có cơ hội
chớp ngay để làm quen

và rồi được quen thật
theo liền quà ông cho
một vài "bản tặng trễ" (1)
thơm như mới ra lò

thơ tới người cũng tới
dù chậm vài ba năm
gặp nhau như bão nổi
thân tình thở thâm trầm

cao hơn tôi một khúc
tứ chi ông dềnh dàng
tóc dài phủ một đống
vừa chạm cánh vai ngang

nói cười thôi khỏi nói
không rổn rảng sấm rền
chỉ y như rang bắp
gió lao xao vào thềm

chưa quên lời ông dọa
phao lên đài phát thanh:
lão Luân Hoán xe đụng
chết ngắt, chưa thành danh

thăm nhiều nơi đất Mỹ
nhưng chưa tới Houston
vào đài ông phỏng vấn
để tập nói ba lơn

và để nghe ông hát
những bài ca ông làm
chắc cũng tân hình thức
hồn, nhạc lý chững chàng

ông một hình một dạng
nhưng tài tử đa tài
làm ông bầu ông chủ
má hồng tựa đầy vai?

tôi đang hồi túng thiếu
mắt môi cười mỹ nhân
nhớ trực ông, cầu cứu
ông có ứng cho không?

hôm qua tôi có gọi
không ai, máy sorry
hôm nay định gọi nữa
sớm quá thấy kỳ kỳ

ngồi đợi giờ thích hợp
buồn tay vẽ ông chơi
ông dòm thử có trúng
chàng thi sĩ yêu đời

mắt môi... ông họa đủ
trái tim, bà nắm rồi
riêng cái ông tâm đắc
hy vọng còn ham chơi

---

1. chữ của Ngu Yên đã dùng

NGUYÊN HẠO

anh ông, Nguyễn Phú Hảo
là bạn học của tôi
thỉnh thoảng tôi ghé tới
nhà ông góp tiếng cười

dĩ nhiên là có biết
thằng bé Nguyễn Phú Hào
ốm tong teo tóc quắn
cao như một cây sào

nhà ông rộng lớn lắm
bóng cây ôm cả ngày
mỗi lần làm bích báo
bọn tôi tụ về đây

tôi thuộc loại chữ đẹp
văn hay đã hẳn rồi!
khi tôi cong người viết
ông nghểnh cổ ngó chơi

tưởng ông thầm khâm phục
tôi thỉnh thoảng rung đùi

biết đâu ông cười mũi
hay đang thầm cười ruồi

ông không hề lên tiếng
tôi trịch thượng im hơi
ngó nhau cho có ngó
đều cao ngạo quá trời

mãi về sau nghe tiếng
ông trôi vào Sài Gòn
trổ mã nghề hội họa
tôi thoảng chút hết hồn

mấy chục năm không gặp
nhưng vẫn thường nghe tin
và cùng quý tài nghệ
nảy sinh ra chân tình

việc chọn dùng biệt hiệu
có may mắn hên xui
quan trọng ở sở thích
tự đặt của mỗi người

ông dùng tên Nguyên Hạo
nghe Hán, Nho vô cùng
ảnh hưởng Lý Nguyên Hạo
lập Tây Hạ xứ Trung?

hay là chơi đảo chữ
Nguyên Hạo bởi Hạo Nguyên
một cánh đồng rộng lớn
tài trí thật vô biên

biết đâu chỉ giản dị
từ tên Hào sinh ra
lẩn thẩn tôi suy nghĩ
trật đường rầy quá xa

bút hiệu gì cũng đã
giúp ông được thành danh
vẽ tranh phóng phụ bản
chơi minh họa ngon lành

năm về thăm Đà Nẵng
gặp ông ở Sài Gòn
nhờ ông đèo chạy vội
thăm mấy người cần thăm

nhớ giữa trưa nắng gắt
đến nhà chị Minh Quân
rồi ra quán hóng gió
hít hương chân và lưng

tôi ngồi im ông vẽ
người làm thơ cả đời
chưa có một em gái
xứ Sài Gòn chịu chơi

ông vẫn cao như cũ
tôi hơi lùn hơn xưa
may còn được mặt mũi
không trầy trụa búa xua

ông anh, bạn tôi đã
không may qua đời rồi

tôi ông còn vất vả
nhưng may còn biết chơi

nhờ ông lo mấy chuyện
in sách ở quê nhà
bỗng dưng tôi lười biếng
năm tháng điềm nhiên qua

nhỏ hơn tôi ba tuổi
đang sung sức yêu đời
ông gắng chờ tôi nhé
bàn tiếp chuyện mua vui

NGUYÊN NGHĨA

cũng như Trần Hoài Thư
giao vợ làm tài xế
khi đi xa, hình như
hai ông mê ngắm cảnh

lần đầu lên thăm tôi
ông mới từ Đức quốc

qua Toronto định cư
tâm trạng đầy háo hức

vẽ ông nét trước tiên
cảm ơn người sư phạm
Hồng Nhung chọn gá duyên
một gã ưa lãng đãng

"cưới nhau xong là đi"
câu thơ này quen quá
ông áp dụng thực thi
uyển chuyển linh động lạ!

người ta ra chiến trường
ông đi xa học tiếp
giá bụng Nhung chưa vun
ông vẫn còn đèn sách

thật ra nợ sách đèn
đã thành nghề căn bản
từ trước năm bảy lăm
ông đã chọn làm báo

cội nguồn đất Bắc Ninh
bay vào Sài Gòn học
nơi đâu cũng thơm tình
dung nạp đời lăn lóc

năm một chín năm hai
khi tôi mười một tuổi
ông bắt đầu lai rai
oe oe lật bò té

ngày sang đêm tà tà
không ngờ thật quá lẹ
ông cường tráng hào hoa
trở thành ông quan pháo

ngoài câu đạn canh nòng
đâu dễ quên cầm bút
phục vụ những bông hồng
Tuổi Hoa cùng Tuổi Ngọc

đã là dân Việt Nam
chiến tranh như mền đắp
cải tạo rồi vượt biên
thông lệ thật ngăn nắp

đã là dân lưu vong
đa phần đều thành đạt
đương nhiên phải có ông
thành nhà văn nhà báo

từ Độc Lập, Làng Văn
và Lửa Việt, Đi Tới
ông lập thêm mặt bằng
Tự Do chơi rất trội

ngoài chuyên nghề văn thơ
phóng sự cùng phỏng vấn
ông giới thiệu phê bình
cũng thơm tay, rất thấm

vợ ông còn cho hay
ông cũng mê vẽ nữa

tiếc rằng cho đến nay
chưa thấy tranh triển lãm

tác phẩm chính đã in
vẫn tập truyện Chờ Chết
chờ lâu đã mất linh
sống càng ngày càng đẹp

nghe nói trong khi chờ
ông hay viết lời dẫn
giùm M.C một thời
thân ông như ruột thịt

cuộc sống nhìn chung chung
có khá nhiều va chạm
ông gặp những bão bùng
hình như không phải ít

mừng ông đã vượt qua
vẫn giữ đủ thanh thản
bằng cái tâm thật thà
và cái trí dũng cảm

ông vẫn rất đẹp trai
chưa vội vàng đẹp lão
râu mép vẫn hẳn hoi
chưa ố màu lỗ chỗ

lần ông ghé thăm tôi
cùng em Lâm Hảo Dũng
(nhà thơ Lâm Hảo Khôi)
tôi vẫn còn lúng túng

dù nhà đã mua rồi
vẫn như chưa đủ chỗ
mời quý ông ngồi chơi
không trà nước gì ráo

thôi cho hẹn lần sau
chờ tôi học giao tiếp
chắc không đến nỗi lâu
như hiền nhân Chờ Chết

NGUYỄN CHÍ THIỆP

dễ chừng tôi và ông
chưa bắt tay một cái
kể từ thời nhi đồng
học thầy Kiện thầy Tiến

không biết ông nhớ không
thời chuyên làm toán chạy
cửa sổ không chấn song
gió bay ngày tháng vội

ngày đó ông nhỏ con
đội bê-rê thường trực

nhưng học hành rất ngon
hơn cả tôi mới tức

học chung năm lớp nhì
đương nhiên cùng lớp nhất
sau đó thì chia ly
tình bạn học chưa mất

vẫn lẽo đẽo theo nhau
chung một trường trung học
gặp mặt cười gật đầu
đâu có chuyện tay bắt

rồi ông học làm quan
ở Quốc Gia Hành Chánh
còn tôi học lang thang
núi vườn tìm địch đánh

có hơn năm mươi năm
chưa một lần chạm mặt
cũng may đời phiêu bồng
thấy nhau trên mặt net

ông khác lạ làm sao
hồng hào phương phi quá
thân thể phát khi nào
thật tình tôi thấy lạ

đã thế còn bảnh trai
hèn chi có vợ đẹp
với cả đám con ngoan
khác hẳn tôi xẹp lép

mừng ông, lẽ đương nhiên
nhất là khi được biết
ông vượt Trại Kiên Giam
trở thành người cầm viết

bởi xuất thân làm quan
ông nghiêng về chính trị
nhờ phóng khoáng thanh nhàn
không thiếu màu nghệ thuật

hồi ký giàu văn chương
thăng hoa những sự thật
những vết nhục đáng buồn
thời nhân quyền đã mất

lịch sử một phần đời
có hơi ông lưu dấu
bằng chính những khổ đau
của ông xanh con chữ

nhớ xưa ông rất hiền
nhưng chừ chắc đủ dữ
để dành cho bạo quyền
những biên khảo chí tử

năm ông sang Hoa Kỳ
tôi đã thay quốc tịch
nhưng tâm hồn ở lì
xứ Việt Nam đất trích

ông chừ cũng vậy thôi
dù đàng hoàng dân Mỹ
tuyệt thay chỗ đặt nôi
nuôi trái tim nhân ái

vẽ ông chơi, lạ chưa
tôi ba hoa lạc bút
tật lắm lời không chừa
nhưng không dám lấy được

vẫn có nhau trong tình
đồng hương đồng chí hướng
huống chi hai thằng mình
còn là bạn đồng học

đọc lại tiểu sử ông
tôi giật mình chợt biết
té ra tôi già hơn
ba năm so với Thiệp

tôi còn thở còn chơi
ông hẳn nhiên hơn vậy
mai mốt nhờ ơn trời
tôi qua ông, tay bắt

để xem hơi hám nhau
có ấm hơn chữ nghĩa
cái bắt tay lần đầu
muộn màng đầy thấm thía

ông chuẩn bị đi nghe
tôi sắp xếp hành lý
chúng ta dẹp lè phè
cùng làm lại toán chạy

chuyện này chỉ ông tôi
cùng ít bạn hiểu được
ông hẳn đang mỉm cười
thấy thằng Châu thuở trước

NGUYỄN DŨNG TIẾN

khum người nghe cu thúc
chân đè bẹp cỏ gai
tim đập mắt thao láo
theo nhún nhảy chim ngoài

nửa đời cùng trời đất
áo tình thay lai rai
"Vàng Đen" chuyện hư ảo
"Lính Đánh Thuê" chạy dài

hoa trồng vườn cây rộng
chim ca hót tối ngày
cặm cụi ông văn sĩ
vui thú chuyện trồng cây

ông hứa tặng cu-đất
ông hứa tặng chào-mào
khoe chìa-vôi chiền-chiện
quá gần trong chiêm bao

ông biết rằng tôi nghiện
tất cả tiếng chim trời
nên lâu lâu lại nhắc
phiền tôi cứ trông vời

tìm thăm ông một bận
ở tận bên Texas
vườn xanh cây vắng chủ
gởi lại tiếng thở ra

lâu rồi, lâu vẫn nhớ
giọng ông cười qua phone
thì thôi xin cái hẹn
may ra mai sau còn.

NGUYỄN ĐÔNG GIANG

nhắc đến ông chợt nhớ
thuở lớp nhất lớp nhì
với mái trường Hoàng Diệu
óng ánh những viên bi

nào những Huỳnh Hữu Sử,
Trần Công Viên, Quy-noir,
Nguyễn Phụng, Nguyễn Chí Thiệp,
Mãi, Denis François,

Phạm Bá Vui, Sang-rắn
Hòa-đen, Trần Văn May
Nguyễn Chua-tôn-sĩ-nghị
Thung-coco, Hải-cầy...

hằng trăm khuôn mặt sữa
cùng sân cát, bóng cây
đình Hải Châu hít thở
hương tuổi thơ mỗi ngày

nhớ ông là nhớ lại
bạn lính Mai Xuân Châu
nó, ông như hình bóng
chẳng mấy khi rời nhau

trong chúng mình, ba đứa
ông cao hơn vài li
cùng dạng người ôm ốm
cùng dẻo dai ngựa phi

hai Châu dân Thủ Đức
ông Đà Lạt ngon lành
chọn nghiệp bằng võ bị
nhưng rớt đài quá nhanh

khi trở về dân sự
lững thững đi làm thầy
ở Quốc Gia Nghĩa Tử
ở tư thục qua ngày

tôi, ông chơi thân lại
khi cùng là phế binh
họp cùng Xuân với Ngoạn
đi tiếp đời gập ghình

ông đem khoe thơ thẩn
tôi vội làm tài lanh
xúi in và giành đặt
tên tập thơ mới toanh

đọc lên nghe cũng được:
Thơ Của Người Giang Hồ

phải chăng vì chính vậy
sau này ông đi thồ

không thồ làm sao được
sau cái năm bảy lăm
với ông nghị gật hụt
khoái tranh đấu hà rầm

tôi lọt ông cũng thoát
sau ngày cùng Hoàng Quy
họp mặt bàn phục quốc
lơ tơ mơ ra gì

tôi vọt ra hải ngoại
ông lật đật vượt biên
quê ông là bờ biển
thuận tay chèo bình yên

nhưng ông số con rệp
lận đận trại tạm cư
chỉ tại ưa tranh đấu
hay tính thích chần chừ?

chả sao, ông lãi được
thời gian dài đắng cay
cho câu thơ phong phú
hơi thở bụi sau này

tôi quả thật hạnh phúc
luôn là người đầu tiên
thưởng thức thơ ông viết
lúc sắp sửa đưa in

trước Bản Tình Ca Cũ
là Vô Lượng Tình Sầu
tôi ba hoa vừa đủ
ấm tình bạn cho nhau

cảm ơn ông tin tưởng,
từng vẽ một phần tôi
những nụ tình tưởng tượng
để yêu người yêu đời

ông là người mạnh rượu
cỡ Hoàng Lộc, Lâm Chương
nhưng hơi ngại khói thuốc
thế mới thật dễ thương

thú vui ông tôi rõ
nhưng chẳng thể nói ra
mười thằng hết cả chín
đều hư như vậy mà

mừng ông đã ổn định
một phương San Jose
với đầy đủ thê tử
thơ rượu luôn đề huề

bè bạn quá thân thiết
tưởng vẽ dễ nhưng không
ông đừng trách tôi vụng
chữ nghĩa thiếu tấm lòng

gọi ông Nguyễn Văn Ngọc
hay Ngọc-sứt (bàn tay)
chẳng chút nào thay đổi
tình thằng Châu-cụt này

tên ông là chữ lót
trong tên tôi đó nghe
để sống bằng bành tổ
làm tình thơ mỗi ngày

NGUYỄN ĐỨC BẠT NGÀN

bốn năm không liên lạc
suýt nữa quên lửng ông
đêm qua ngủ một lát
gặp một thằng thật ngông

nhìn lui rồi ngó tới
nhận ra chính là ông
một nhà thơ bay bướm
rất khoái chuyện đi rong

nhớ xưa ông từng rủ
tôi bay vào không gian
nghe xong ngớ như vịt
suýt đứt dây điện đàm

ông mau lẹ giải thích
tôi nghe khoái quá trời
nhưng nghi ngờ lưỡng lự
chưa nhập vào cuộc chơi

không gởi ông đùm chữ
chẳng gởi ông nhúm hình
nhưng nhờ ông cù rũ
tôi tìm đường để binh

rồi open, download
tôi luyện cũng hơi rành
biết lang thang đủ chỗ
không từ cả lầu xanh

ông không dạy một chữ
nhưng cũng kể có công
mách trò cho bạn hữu
đương nhiên rất có lòng

lâu nay không trả lễ
chừ họa tâm dung ông
tuy không chắc sòng phẳng
chỉ mong ông vui lòng

ông dòng họ Nguyễn Đức
tên Cẩm hiệu Bạt Ngàn
bè bạn gọi bạc triệu
bởi nhìn ông giàu sang

ông chào đời bên bến
Ô Lâu tại Vĩnh An
từ Huế đi tứ xứ
trụ lại cõi thanh nhàn

Edmonton, 79
đã đón nhận ông vào
từ đó ông viết lại
và dài dài in thơ

Bình Minh Câm đã mọc
những tia nắng vững vàng
lòng ông được mây bọc
cõi trời trôi lang thang

còn người còn hoan lạc
là Còn Ưu Ái Còn
huống chi thơ giàu nhạc
tình ông dễ gì chôn

vẫn cùng Ngày Ngó Xuống
dù Giữa Triền Hạn Reo
Mùa Lá Xanh thơm mãi
hương lòng của rong bèo

Thầm Lặng Trời Thầm Lặng Đất
thầm lặng ông Bạt Ngàn
cứ làm thơ chất ngất
những ngạo nghễ ngang ngang

ông sinh năm 48
theo học Phan Châu Trinh
sau tôi mấy niên khóa
khó biết ông ngọn ngành

lần gặp ông thứ nhất
do Lưu Nguyễn đưa đường

ông ghé thăm nhà chật
cứ ngồi dựa vô tường

thấy ông hơi tửng tửng
có chút gì bất thường
hóa ra người viết lách
có nhiều tật dễ thương

riêng ông giàu cốt cách
nhiều bạn bảo vậy mà
tôi xác nhận quá đúng
sau vài lần gặp qua

bốn năm trước trong quán
Phương Thảo Montréal
thấy tôi đã xuống sắc
ông có vẻ không đành

nhưng tôi cứ lây lất
vì Diêm vương còn thương
cho tôi tiếp tục vẽ
đám nghệ thuật văn chương

ông xem ông, chớ hỏi
chân tâm dung gì đâu
toàn lời lẽ phố chợ
không bén tóc mọc râu

hãy mỉm cười để thấy
hãy rung đùi để nghe
tôi, ông cùng ngồi đấy
thơ thẩn vây bốn bề

NGUYỄN MẠNH TRINH

tha phương ngộ đồng hương
dù chỉ gặp xuất xứ
cái tên làng thân thương
cũng ấm lòng lữ thứ

ơi mỹ danh Mân Quang
làng quê trong tâm tưởng
nơi sinh hai bà hoàng
chỉ huy hai bại tướng

tôi được ông quan tâm
một phần nhờ chị Thế (1)
thấy gần với phu nhân
của tay thơ còn tệ

nói thế không nghĩa là
không có tình chữ nghĩa
trong quen biết chúng ta
khi chưa được gặp mặt

tôi khoái Nguyễn Mạnh Trinh
qua thơ trên Văn Học
vui biết ông nhà binh
không quân hào hoa cũ

bự con nhưng ông lành
dĩ nhiên không nhút nhát
chỉ ít thích loanh quanh
những bàn bia tẻ nhạt

tiết lộ này của Nghiêm
hay ai đó quên mất
nhưng chính xác ông hiền
quý tình bạn chân thật

sinh trưởng tại quê hương
nơi có Chùa Một Cột (2)
trưởng thành tại Nam phương
được mệnh danh Hòn Ngọc...(3)

tuổi nhỏ hơn em tôi
nhưng lớn đời ngọn bút
từ thơ qua văn xuôi
càng ngày càng lả lướt

tủ sách... Tác Phẩm Đời (4)
dành cho nhiều Tác Giả
là cõi chơi sáng ngời
ông lập thật mới lạ

cũng nổi trội riêng ông
chân tình trong phỏng vấn
phơi bày những dòng sông
văn chương trôi lồng lộng

cảm ơn trang Phù Sa
quyết Giữ Thơm Quê Mẹ
Bút Việt Hồn Quê ta (5)
đậm đà lòng ông viết

Tạp Ghi Văn Nghệ rời (6)
đã trở thành tác phẩm
trong tủ sách để đời
của người viết người đọc

thành danh từ thi ca
nên ông mến thi sĩ
tôi cũng được chiếu hoa
ông cho ngồi ngấm nghé

trước đây khá nhiều năm
Montréal rộn rã
nhiều bạn văn ghé thăm
tôi mong ông, thật lạ...

hình như ông ít đi
ngán chu du thiên hạ
ngồi mãi ở Cali
bắt cây bút hầu hạ

trong giao tình bạn văn
cũng rất cần đấu láo
những câu chuyện lăng nhăng
giàu cảm hứng sinh nở

nên ù lì như tôi
cũng liều chơi một chuyến
mừng nắm tay ông cười
uống cà phê hết buổi

đúng thật ông to con
cười mỉm hoài ít nói
hai hàm răng trắng bon
trán suy tư chưa hói

quần áo rất bình dân
cốt cách rất nghệ sĩ
khó thấy nét không quân
một thời bay bướm cũ

vẽ ông đúng phải là
bê Mượn Tôi Chút Nhớ
dán Mai Ta Đi Xa
mang Ta Ơi Lính Thú... (7)

trộn đều và trải ra
nét thơ ông hào sảng
tôi tài vụn ba hoa
chắc ông thừa thông cảm

quen biết vẽ nhau chơi
nhiều khi cũng có lỗi
biết ông thường mỉm cười
nên tôi vẽ thật vội

sẽ thiếu trước hụt sau
có dư thừa đôi nét
cũng chỉ tại cái đầu
không rõ lòng hết được

ơi bạn Nguyễn Mạnh Trinh
lạ kỳ tôi thường viết
nhầm là Chu Mạnh Trinh
Cán Thần, Trúc Vân cũ (8)

hẳn bạn cũng nòi tình
tài hoa như Tiến sĩ
Ngự sử thời Nguyễn xưa
sống vui đời giản dị

---

1. tên đầy đủ Nguyễn Thị Thế, thỉnh thoảng NMT cũng ký tên này
2. Hà Nội
3. Hòn Ngọc Viễn Đông (Sài Gòn)
4. tên chính xác: Tác giả tác phẩm-Đời
5. nguyên văn tôn chỉ ghi trên trang Phù Sa: phusaonline.free.fr
6. tác phẩm nhận định phê bình của NMT, Người Việt xuất bản năm 2007, sách dày 624 trang
7. tên 3 bài thơ trong tập Thơ Nguyễn Mạnh Trinh, Người Việt xb năm 1985
8. tự và hiệu của danh sĩ Chu Mạnh Trinh (1862-1905)

NGUYỄN NAM AN

nhớ năm nào lang thang
nằm nhà Phan Ni Tấn
vớ được người bạn vàng
đang kín đáo ở ẩn

bạn đó thật chỉnh tề
phương phi một vóc dáng
có chiếu hoa đề huề
thơm danh gã lãng mạn

tôi tâm đắc anh chàng
tinh nghịch trong ngôn ngữ
có nhiều nét phi phàm
với cái duyên rất lạ

người bạn tôi gặp đây
chỉ là những con chữ
từ cây viết vững tay
khởi đầu làm thi sĩ

nôm na tôi gặp thơ
khoái ngay người sáng tác

thăm hỏi và đợi chờ
tin có ngày giáp mặt

điều quyết đoán trúng y
tuy rằng có hơi muộn
sớm trễ chẳng hề chi
quen biết nhau đã thú

té ra người đồng hương
gốc Huế đẻ Đà Nẵng
cùng đi những con đường
tôi rong tình mưa nắng

cũng dân Phan Châu Trinh
ngồi sau tôi mấy lớp
cùng vọng dán thơ tình
lên tóc thề áo trắng

sống sát nách Nam Ô
hít hương rừng gió núi
thở ào ào ra thơ
tưởng chừng như sương bụi

tên thật Lê Văn Mùi
họ của tôi đấy nhé
tộc Lê ai không cừ
ít ra món mê gái

lấy hiệu Nguyễn Nam An
An Nam quá thân thiết
dùng thêm An Phú Vang
quê nội ngoại? không biết

tôi thuở xưa làm thơ
đã đời rồi đi lính
ông hành quân phất phơ
tan hàng xong mới viết

đích đến vẫn giống nhau
gia tài đều xôm tụ
cằm nào cũng có râu
biết vui chơi đã đủ

ông có những Tici
và những Tôi-Chim-Ngủ-
Đậu-Cành-Xanh thầm thì
Thức-Buồn-Chi, không biết

những Biển-Thuở-Chờ-Ai
để Hóa-Ra-Lần-Cuối-
Em-Buồn- (đến) Nghỉ-Chơi
có thể còn bỏ sót
sách Quyênbook nào chăng?

thơ ông như đã nói
đúng là thơ, đủ rồi
ông, người giàu tình cảm
rõ ràng rất chịu chơi

ngày tôi qua gặp mặt
đám bè bạn Cali
tôi nhìn từng khuôn mặt
thật sự chẳng thấy gì
ngoài cái tình huynh đệ
ấm áp từ thơ văn

ông hiền như con gái
chắc tôi đoán tướng lầm
giọng thơ tẩm gió bụi
chỉ làm khổ má hồng

ông thương con yêu vợ
có lẽ cũng hơi nhiều
ông nhớ nhà thương nước
còn vượt trội hơn nhiều

ngồi bên ông kín đáo
tôi đâu dám khoe khoang
những tình tôi bỏ túi
suốt một đời hoang đàng

tôi tin ông có thấy
tôi thời xưa vài lần
nên chừ chắc không lạ
tờ giấy cũ phong trần

còn ông dáng dong dỏng
khuôn mặt đẹp vừa vừa
đủ cho em Hồng Đức
đánh ghen suốt bốn mùa

ông tham chiến chắc tệ
không lưu vết sẹo nào
hay đạn mìn kiêng nể
bây chừ vẫn bảnh bao

vẽ ông chừng nấy nét
trúng trật cũng chỉ đùa
không chê tìm chỗ dán
ok An, bonjour!

NGUYỄN LỆ UYÊN

"bút danh giống con gái"
không phải tôi phát ngôn
người yêu thành bà xã
phán một cách hùng hồn!

chuyện dùng tên mỹ nữ
phảng phất nét tiểu thư
đã là một cái mốt
một thời, tôi chẳng từ

tên tôi vốn yếu xịu
tên ông rất nam nhi
gọn nhẹ nhưng nặng ký
Đoàn Hùng, thật phương phi

cái tên đẹp như vậy
không phổ biến cho oai
chắc lỡ mê ai đó
thục nữ láng chân dài

hình như vào thời đó
nhiều thư ký chủ biên

tuy không hẳn hảo ngọt
nhưng vốn thường ưu tiên

tôi nghiệm tôi thấy vậy
hy vọng trật đường rầy
và có lẽ trật thật
như Lệ Uyên ông đây

đã bắt đầu khởi nghiệp
vào thập niên sáu mươi
ông lội khắp nẻo chữ
mỗi bước mỗi rạng ngời

từ Bách Khoa đứng tuổi
đến Thời Tập, Khởi Hành
qua Văn, ghé Ý Thức
Tuổi Ngọc thời tóc xanh

dĩ nhiên lai rai nữa
khó liệt kê đủ đầy
thời ông viết mạnh nhất
chắc đã làm ông thầy

ông dạy học giỏi lắm
xuất xưởng lò Cần Thơ
mái đại học sư phạm
thương trò Phú Yên vào

nhưng câu được đồng nghiệp
chưa hẳn nhờ dạy hay
thơ văn là bẫy sập
giam hồng nhan lâu nay

dù chuyên về biên khảo
lòng ông cũng rất thơ
câu văn trong truyện ngắn
cũng bồng bềnh chiêm bao

tôi nghĩ chắc khá đúng
ông rất mê bạn bè
thường đọc kỹ bè bạn
mổ xẻ khen hơn chê

điều đó thật hợp lý
thưởng ngoạn hơn truy tìm
đường nào không cát sạn
hãy ngắm hoa nghe chim

cuộc đời sẽ lý thú
ít ra vài lần hơn
đọc thấy được cái tốt
vấp nhẹ đâu đáng hờn

tôi cũng thường tọc mạch
khen người thật dài hơi
miễn là gắng khen đúng
không làm buồn cuộc chơi

vẽ ông tôi lúng túng
vì thật ra mới quen
qua đường thư xa lắc
lệch giờ ngủ giờ ăn

nhưng không phải vì vậy
hao hụt bớt chân tình

viết cho nhau vài chữ
thật tình, đủ anh em

không biết năm ông đến
cùng với cuộc đời này
nhưng qua ảnh so sánh
ông trẻ hơn tôi đây

gọi ông em cũng được
gọi ông anh cũng xong
chênh lệch vài ba tuổi
xuề xòa càng ấm lòng

NGUYỄN SAO MAI

bỏ uống trà Thái Đức
bớt thức đái đêm đêm
nhưng tay vẫn gác trán
lơ mơ chẳng gì quên

nhớ rõ một buổi sáng
nhâm nhi hưởng hương trà
chuông điện thoại reo sảng
lưỡng lự định bỏ qua

ai xui hờ hững bắt
giọng đàn ông Quảng Nam
nhỏ giọng vẫn rổn rảng
Florida gọi sang

thế là một tình bạn
như anh em trong nhà
cả hai đều cứng tuổi
nhưng đương nhiên chưa già

ông cầm tinh con cọp
khiêm nhường tôi con rồng
cọp ông không móng vuốt
rồng tôi lại có lông

ông đam mê làm báo
dạng tạp chí văn chương
tôi bỗng được gãi ngứa
ông rủ đi chung đường

thơ văn vốn sinh động
thường có sóng hay chăng?
hay khởi từ tri thức
để trở thành Sóng Văn

bắt đầu chơi mỗi tháng
bạn văn tăng mỗi ngày
chàng Nguyên Khai trang điểm
Hoàng Bích Ty ra tay

tôi đóng góp chút đỉnh
cùng ông, Nguyễn Sao Mai

(chỉ là một bút hiệu
của một người được trai)

ông cao cao ôm ốm
thường tự cho là gầy
vẫn thỉnh thoảng than thở
tấm thân gió thổi bay

tôi nhìn ông qua ảnh
thấy hơn tôi bội phần
hao hao giống Mai Thảo
ít thịt mà nhiều gân

những sợi gân cầm bút
khí thế mạnh vô cùng
Căn Nhà thật đồ sộ (1)
ông dựng đứng như trồng

ngoài ra còn Phương Thảo (2)
cùng với Nguyễn Phương Đông (2)
thơ, truyện dài, truyện ngắn
đua nhau chờ tang bồng

một trường thiên tiểu thuyết
Bọn Nô Lệ... Đền Thờ
khởi đi dần từng số
trên Sóng Văn ngọt ngào

chưa vừa tay sinh hoạt
ông làm báo tiếng Anh
danh xưng Wordbridge (3)
cặm cụi nuôi mộng lành

Và The Writers Post
tạp chí mạng văn chương
vào cộng đồng Âu Mỹ
đang còn sống đường đường

tấm lòng ông với chữ
với văn hóa Việt Nam
thật vô cùng đầm ấm
nhưng quả không dễ dàng

dù lập nhà xuất bản
quảng bá chưa đến đâu
ông dừng, nhưng giỏi lắm
còn chưa chịu quay đầu

riêng tôi được ông giúp
in Gối Đầu Cỏ Hoa (4)
và sưu tập Tác Giả
Việt Nam khá đậm đà (4)

trước đây ngày lắm bận
ông dùng thường viễn liên
chuyện viết chuyện lẩn thẩn
kiểm chứng nhau bình yên

bây giờ Sóng Văn chết
liên lạc có thưa dần
mừng ông vẫn còn viết
bởi dễ gì ngồi không

hôm nay giữa tháng chạp
nhớ ông bàn tay rồng

tẩn mẩn ngồi vẽ cọp
mừng ngựa về thành công

hãy dựng lại tờ báo
Sóng ... gió chơi nghe ông
tôi hứa sẽ làm bão
chúng ta cùng phiêu bồng
16-01-2014

---

1. *Truyện dài*
2. *Hai bút hiệu khác của ông họ Huỳnh (Nguyễn Sao Mai).*
3. *Đã đình bản*
4. *Tập thơ, và sưu tập của Lê Bảo Hoàng*

NGUYỄN TRỌNG KHÔI

cầm cọ và cầm bút
viết nhạc và làm thơ
với ông đều tha thiết
gói hết ý tâm vào

bởi nhờ trời sinh tướng
hay tinh hoa mẹ cha
có lẽ dung hòa cả
nên ông giàu tài hoa

khen người tuy rất dễ
nhưng khó tìm ra lời
để không thành tâng bốc
tạo nên nụ cười ruồi

tôi khoái ông ở ngón
hội họa thật tinh tường
lung linh ngọn bút sắt
ngỡ như tỏa mùi hương

ông đi từ tĩnh vật
qua từng chân dung người
lột tả đường nét sống
chung riêng giữa cõi đời

ngắm nhìn tranh trừu tượng
tranh siêu thực gì gì
đôi khi tôi ngớ ngẩn
không phải không hiểu chi

và những gì cảm nhận
từ tôi khác hẳn ông
nhưng chừng như nghệ thuật
có mạch dẫn cảm thông

tiếc là không mục kích
ông sáng tác thế nào
không gian một ý tưởng
cần rộng sâu hay cao?

tôi tào lao quá đỗi
tò mò thật buồn cười

nhưng hình dung đủ cách
nhìn ông chỉ thấy tôi

vậy là tôi biết chắc
ông vui tính xuề xòa
những ngón tay màu sắc
dìu dắt giọng guitar

nhớ lần tình cờ gặp
ông chỉ hơi mỉm cười
hàng ria lông mày rậm
cản bớt tình chia vui

cảm ơn ông tích cực
làm trang hình giúp tôi
không cần một giọt rượu
đủ hâm nóng tình người...

+

BÀI TẶNG HS NGUYỄN TRỌNG KHÔI

nhớ Nguyễn Trọng Khôi chưa phác họa
cho tôi thêm được một thằng Châu
cái thằng ốm nhách không như bạn
dù cũng học đòi mép để râu

râu bạn đậm đà như Ả Rập
râu tôi thưa thớt cỏ so lo
nếu đem so sánh linh thiêng thảo
chín chục phần trăm râu tôi de

không nhớ trong chân dung bè bạn
tôi đã dựa hơi vẽ bạn chưa
thong thả từ từ xem kỹ lại
hồn nhúng vào thơ, sẽ đẩy đưa

bạn có đôi tay giàu nghệ thuật
còn tôi tửng tửng với vần vè
không dám chơi leo tân hình thức
nên nhiều bè bạn chê Châu quê!

chiến trận bất nhơn cắt tôi cụt
không sao, cẳng giữa vẫn bình an
vẫn đi rất tới thiên thai động
và sẽ tới luôn cõi suối vàng

bạn có một đời thật dày cộm
vẽ vời ca hát... có đóng phim?
nếu tôi đạo diễn, không ngần ngại
chọn bạn vào vai Lỗ Trí... hiền !
2014

NGUYỄN TRỌNG TẠO

lâu nay thấy êm ru
đau ốm hay đi tu?
trong thiên đường xã hội
thật dễ dính chữ... U

chữ U thường đứng sau
một chữ hai mẫu tự
nghĩa, tùy dấu khác nhau
nặng lành mà huyền dữ

ông gặp dữ hay lành?
tôi không làm thầy bói
cũng chả cần khôn lanh:
ông chưa bị xơi tái

ra đời tại Nghệ An
đất Diễn Châu tươi tốt
giữa gia đình thanh nhàn
đậm cốt cách Nho học

ông cùng với em tôi
cõng con số bốn-bảy
sáu-mươi-sáu năm rồi
vẫn tung tăng bay nhảy

thời trai trẻ đi qua
bắc nam đều cầm súng
ông cũng từng tà tà
trong đoàn quân khu bốn

ngày ông lừng khừng đi
vào đời cùng súng đạn
tôi cũng đang chỉ huy
trung đội rất lãng mạn

chúng ta chưa đánh nhau
nhưng cùng dính thương tích
giày saut hay dép râu
xem ra cùng lố bịch

hồi đó ông chuyên môn
tuyên truyền và ca hát
hình như chậm lên lon
mà phất nhanh chức tước

không hiểu nguyên cớ gì
ông suýt cho đầu đạn
biến ông thành tử thi
niềm tin bị phá sản?

cũng may số phận dài
hơn thân cây súng ngắn
để đời còn người tài
trăn trở cùng mưa nắng

tôi hí hửng ngồi cười
ngắm ông qua ảnh chụp

vẽ ít dòng vui vui
không cần soi kính lúp:

với mái tóc quăn quăn
khôn liền hơn khôn vặt
và giàu tài nói năng
linh hoạt hơn cứng ngắc

đừng nói lái nghe ông
ý tôi không phải vậy
tán thưởng ông thật lòng
chữ dùng đùa thôi đấy

ông thân thể không cao
nhưng tài hoa thật lớn
đâu có chừa món nào
chí khí cũng vượt bực

thơ văn sáng nét riêng
họa nhạc tay quá vững
yêu tự do nhân quyền
người tự tại phóng khoáng

quả chẳng có cách nào
bê hết tên tác phẩm
của ông để lên đây
dù rất muốn triển lãm

thơ nhạc hay trường ca
hình như cả hội họa
ông đều nhận tà tà
mấy chục cái giải thưởng

Luân Hoán

giá trị của chân tài
không hẳn chỉ chừng đấy
phải đọc ông mới hay
cái hồn của bút giấy

tôi quý ông tấm lòng
thắm thiết cùng chữ nghĩa
qua trang web thả rông
chân tình vào cuộc sống

đời đang lúc quá buồn
khó bưng tai bịt mắt
luồn lách họa khó lường
mong ông không dính chấu

vẽ ông muốn múa nhiều
không ngại qua mắt thợ
nhưng thôi chỉ bấy nhiêu
dù gì cũng nên sợ

ba hoa hại ông liền
vui đâu chưa thấy, dại
ai tin không xỏ xiên
dù chỉ là lẽ phải

thôi nhé ông bạn hiền
hãy thảnh thơi giữ lửa
trước khi tôi quy tiên
cùng ông nhậu một bữa

nhớ gọi mấy em xinh
để có người uống giúp
còn chúng ta làm thinh
và làm chi, tùy lúc

NGUYỄN VY KHANH

ra đời năm năm-mốt
giữa sông núi Quảng Bình
vào Nam năm năm-bốn
chưa cụng tuổi học sinh

đất lành ươm giống tốt
khai mở trí thông minh
bắn bi ôm cặp táp
thong dong suốt học trình

cử nhân giáo khoa triết
nghiêng về trời phương Tây
nhưng thủ khoa Việt Hán
khi chọn đi làm thầy

đứng lớp chưa đủ thấm
hương phấn bảng học trò
gói hy vọng vượt biển
hướng đời tìm tự do
nhớ ngọn lửa đốt sách
càng thêm mê văn chương

theo cao học thư viện
hành nghề quản trị luôn

ngày ngày bên đống sách
ngoại ngữ và Việt Nam
ngấm hương tình chữ nghĩa
tay trổ thơm từng trang

dư hương thơ Khung Cửa
ngày xưa không bén duyên
lạc bước chân thi sĩ
mát tay người điều nghiên

không e ngại chính trị
sẵn một bụng văn thơ
thấy thích và gặp hứng
thả nhận định ngay vào

xa như truyện Lỗ Tấn
gần như thơ đương thời
đề tài nào cũng được
thích viết thì viết thôi

nhưng hình như cũng có
nhiều lúc giúp bạn bè
có niềm vui nho nhỏ
ông viết hơi e dè

sách ông in lượng lớn
từ Xuân Thu Đại Nam
chứng tỏ giàu độc giả
có thu nhập đàng hoàng

với văn phong điểm sách
phê bình hơi khô khan
ông lồng nhiều tình cảm
chính trị cũng nhẹ nhàng

hăm chín năm cư ngụ
cùng nàng Mộng Lệ An
hai chục năm tôi có
ông trong số bạn vàng

trông ông rất điềm đạm
thần thái như ông thầy
kính trắng vầng trán rộng
thường có sách cầm tay

đi ăn đi tham dự
những sinh hoạt cộng đồng
ông cũng khá ít nói
nhưng thua tôi, ngồi trông

ngày thân mẫu ông ở
cùng khu phố với tôi
thỉnh thoảng tôi thấy bóng
xe ông qua vù vù

một lần ông chợt ghé
cho tác phẩm vừa ra
vẫn để xe nổ máy
khói trắng bay tà tà

khi gặp nhau bất tử
ông thường hỏi "ça va?"
tôi luôn luôn lặp lại:
cũng "comme ci comme ça"

bè bạn ở hải ngoại
dù gần cũng cứ xa
nhưng là khối đồng nhất
kính quý nhau đậm đà

mấy tháng nay không gặp
từ khi ông hồi hưu
ông lo viết sách mới
không phí giờ như tôi

tôi chờ ông gởi tặng
những tác phẩm sẽ in
hú nhau ra quán cóc
như thói quen bọn mình

NGUYỄN XUÂN HOÀNG

ông, Người Đi Trên Mây
tôi là là mặt đất
người chạy cùng người bay
cách xài đời có khác?

tôi bổn mạng con rồng
chẳng mấy khi nhào lộn
ông cầm tinh mãnh long
thảnh thơi cả trời rộng

con gì cũng thua con
ông có tôi cũng có
để làm đẹp nước non
điểm son cho hoa cỏ

chúng ta kể như quen
biết nhau qua giấy viết
tình bạn chưa đủ nhen
tiếng "mày, tao" thân thiết

ông gọi tôi bằng tên
tôi gọi anh, cung kính
ông xứng đáng bề trên
già hơn tôi mấy tháng

chẳng khiêm nhường bấy nhiêu
ông còn trội nhiều bậc
hình thức lẫn nội dung
mặt nào cũng cao ngất

ông là dân Nha Trang
ra lò trường Võ Tánh
Pétrus Ký Saigon
đại sư phạm Đà Lạt

cuộc đời đi làm thầy
của ông thật bằng phẳng
con đường làm nhà văn
cũng thênh thang lối thẳng

Luân Hoán

khoa triết học giúp ông
giàu có nhiều ý tưởng
truyện ngắn lẫn truyện dài
sâu sắc cùng lãng mạn

ai cho tôi nói chơi
nói lấy được, bá láp?
mời đọc những: Mù Sương,
Sinh Nhật, Bụi Và Rác,

không ngại ghiền văn chương
đọc Khu Rừng Hực Lửa
chắc chắc sẽ mê luôn:
Kẻ Tà Đạo, Sa Mạc

tiểu luận và tạp ghi
chữ nghĩa ông đều đẹp
phảng phất nét phương phi
khuôn mặt nhiều em mết

trời cho viết có duyên
nhưng ba hoa chưa giỏi
cũng bởi thật và hiền
bay bướm không mấy cõi

ấy, tôi đoán thế thôi
thực hư khó rõ được
ông rất mực chịu chơi
dễ gì thiếu lả lướt

gặp được ông mấy lần
bát phố chơi vài đoạn
vui chơi trời chia phần
ai trước ai đáo hạn?

trong danh sách cáo tồn
tôi cố tình bỏ sót
ngại chị Vy hết hồn
giũa cho không kịp vuốt

nhớ hồi tôi viết bài
tiếc nhớ Vũ Hữu Định
ông đăng rồi rỉ tai
cái tôi bạn nhiều quá

ông chê đúng y bon
cái bịnh tôi là vậy
chừ chẳng cải thiện hơn
ngay bài vẽ này đấy

nhưng ông khó nghĩ ra
thằng nào là Cự Hải
điểm sách ông ba hoa
trên tờ Sóng thuở nọ.

ông viết văn nhà nghề
ông làm báo sáng nghiệp
danh lợi thật đề huề
đời tặng ông quá phải

vẽ ông vụng chọn lời
tay run bởi thiếu chữ
đương nhiên lỗi tại tôi
non tài và hời hợt

chỉ một Nguyễn Xuân Hoàng
của Căn Nhà Ngói Đỏ

với Bất Cứ Lúc Nào...
cùng Ý Nghĩ Trên Cỏ

vẫn cứ vẽ lăng nhăng
chêm tôi vào nhiều chỗ
làm như thiếu hơi nhau
nét chân dung thiếu sắc

không biết sáng hôm nay
ông anh làm gì đó
San Jose nắng đầy
ngóng áo dài đầu ngõ?

nghe tin ông nhát chơi
bởi cánh lưng xương sống
cơn nhức nhối từng hồi
chẳng đợi khi trời động

tôi rành chuyện nhức xương
nhiều khi muốn chết trớt
nghĩ đến ông thật thương
chẳng thể chia sẻ được

chỉ khuyên ông lạc quan
điều ông giàu có sẵn
mươi câu nói tàm xàm
vẫn mong thêm ngọn nắng

xưa nay vốn xã giao
đâu ngờ chợt thân thiết
mưa phùn hay mưa rào
giọt tình không phân biệt

NGUYỄN Ý THUẦN

ra đời từ Hà Nội
lớn lên ở Nha Trang
trước ngày bị giải phóng
ông phè phỡn thanh nhàn:

"đi tu" rồi "đi học"
lững thững chưa đi làm
đến tuổi, ừ "đi lính"
đúng tinh thần Việt Nam

sau ngày nước thống nhất
ông bị bức "đi tù"
tống giam không có án
may chưa mất con cu

xuất trại liền "đi Mỹ"
rồi "đi làm" đến chừ
cuộc đời giàu trôi nổi
sống giản dị khỏe ru

lý lịch ông như thế
chính ông viết gọn gàng

dựa ý tôi chế lại
có vần điệu tàng tàng

mong ông đừng bắt lỗi
nghề tôi phải úp am
và xin phép lặp tiếp
đoạn đời ông sang trang:

ở Mỹ ông cầm bút
từ một chín tám lăm
đúng năm tôi xuất ngoại
chơi lại trò viển vông

ông thì đương nhiên khác
mới vào nghề đã ngon
hết thảy tạp chí lớn
đều gom chữ nghĩa ông

với kiến thức bao quát
cùng đức tính khiêm nhường
ông giàu có uy tín
đưa đẩy chuyện văn chương

thư ký, tổng thư ký
chủ bút và chủ trương
ông lành tay nắm đủ
những trò chơi phi thường

nhưng tôi thích ông nhất
tài viết truyện đời thường
sự thật như hư cấu
hư cấu thành thật luôn

nội tâm là nét chính
đọc không để giải buồn
đọc để sống tha thiết
với tấm lòng yêu thương

cuộc đời cùng văn nghiệp
đường đi không dễ dàng
thua tôi một con giáp
sao hơi già bi quan ?

sau "... Quán Ăn Đường Fifth"
"Sợi Chỉ Trong Hồn" treo
những nỗi buồn lơ lửng
nhưng rực rỡ trong veo

vốn "Người Lính Còn Lại"
đích thực là trái tim
nơi thờ phụng tổ quốc
mỗi người tự giữ riêng

ông tràn đầy ý chí
dù "Ở Chỗ Không Quen"
tôi thấy ra đâu đó
trong ông những ngọn đèn

tôi đọc còn chưa đủ
để được hiểu ông hơn
"đầu đường bảng stop"
lững thững đi hay không

"cuối đường bảng stop"
về cũng là đi rong...
bao nhiêu thao thức đó
tôi có phần giống ông

vẽ ông thật lẩm cẩm
chẳng ra tâm ra dung
chẳng qua muốn kỷ niệm
có một thời sống chung

bạn văn hay bạn đọc
ít nhiều cũng biết nhau
huynh đệ chi binh cũ
chia nhau một nỗi đau

tôi có dòng năm tháng
nặng hơn ông khá nhiều
nhưng tầm vóc xương thịt
lại thua ông cũng nhiều

hơn thua vẫn bằng hữu
ông bằng lòng hay không
mặc kệ ông không chịu
tôi vẫn cứ vừa lòng

thích ông ở ý tưởng
ở lời văn thong dong
thỉnh thoảng chấm, cụt ngủn
nhưng rất ư bềnh bồng

vui cùng ông một cõi
một người cựu quân nhân
quý mến ông một cõi
Nguyễn Ý Thuần nhà văn

còn một cõi, chờ lệnh
Nguyễn Ý Thuần bạn thân

PHẠM CAO HOÀNG

qua nét vẽ Đinh Cường
thấy ông thật nghệ sĩ
đời thường chẳng bình thường
đúng thứ thiệt thi sĩ

mắt sáng vầng trán cao
thong dong dòng tóc lượn
mũi môi dáng anh hào
hồn cúc hoa thắm đượm

cặp kính cận điểm trang
một đời nặng sách vở
khởi từ thuở trường làng
đất Phú Yên, Phú Thứ

con chữ theo chân ông
lên Đại học Đà Lạt,
Sư phạm đất Quy Nhơn,
đến Sài Gòn sư phạm

nghề cầm phấn làm thầy
chuyển trường như chuyển bến
Duồng, Đức Trọng, Trạm Hành,
Đà Lạt... mời ông đến

chắc ông có cả đàn
nữ sinh mê thầy giáo
Cúc Hoa có sắp hàng
sao ưu tiên tuyển mộ?

khởi nghiệp đời thơ xanh
từ một-chín-sáu-chín
với Đi Giữa Chiến Tranh (1)
vinh thăng ngay thi sĩ

mặt trận ông hành quân
toàn chiến địa hiển hách:
Vấn Đề, Văn, Bách Khoa,
Khởi Hành cùng Ý Thức,
Tuổi Ngọc tỏa mùi hoa
cho tình thơm Thời Tập...

đời đẹp nhờ thi ca
ông là người làm đẹp
Hành Phương Đông đậm đà (1)
vẫn Cúc Hoa trên hết (2)

tạm gói cả đời thơ
trong tinh hoa mấy tập:
Đời Như Một Khúc Nhạc Buồn
Quê Nhà cùng Mây Khói
Tạ Ơn Những Giọt Sương (3)
tôi không vẽ chân dung
từng nụ thơ ông nở
chuyện này khó vô cùng
dành riêng các thức giả

tôi cũng ưa làm thơ
nên thường trực thơ thẩn

mon men gõ cửa vào
những tâm hồn bay bổng

ông, ấn tượng đầu tiên
với tôi, cái tên gọi
không phải chỉ có duyên
còn rất là quý phái

tôi rất khoái từ "Cao"
không hiểu sao lạ vậy
từ "Hoàng" giống như sao
quyền uy cùng lộng lẫy

danh xưng như tên vua
đúng là rất hấp dẫn
từ đó càng chóng ưa
những dòng chữ cẩn thận

bút hiệu, theo riêng tôi
đóng một phần quan trọng
có thể tôi dở hơi
nhưng tình thiệt như vậy

sẽ rất là linh tinh
nếu điểm trang vụng nét
xin ông đừng giật mình
nhìn ông qua tôi vẽ

nghe nói ông khá nghiêm
hơi khó tính một chút
nhưng vẫn thừa xuề xòa
nhìn đời rất châm chước

có lẽ trăm nhà thơ
cả trăm người lãng mạn
với trái tim ngọt ngào
luôn yêu đời, rộng lượng

tin, vịn vào điểm này
tôi đùa không sợ giận
dù quen ông ngắn ngày
tình bạn vừa đủ thấm

ngồi so lại năm sinh
ông vào đời bốn chín
sau tôi những tám năm
vẫn đề huề bè bạn

thật tuyệt vời Cúc Hoa
bình dị loài hoa cúc
hương thân mật đậm đà
Phạm Cao Hoàng vàng rực

mời ông ghé sát tai
cho tôi hỏi nho nhỏ:
truyện, nhạc ông lai rai
có tình em hoa cúc?

thành thật cảm ơn ông
mang tôi Về Chốn Cũ (4)
ngồi nghe ông trải lòng
thắm thiết dòng bút ký:

Mơ-Cùng-Tôi-Giấc-Mơ-
Đà-Lạt (4) thơm kỷ niệm
mời ông cụng cái nào
mừng vì đời trang điểm

---

ghi chú:
(1) tên hai bài thơ đặc biệt của PCH
(2) quý danh bà PCH
(3) tên thi phẩm đã xuất bản của PCH
(4) tên sách và DVD của PCH

PHẠM CHU SA

tôi có được tuổi xanh
nhưng bỏ rớt tuổi ngọc
nên biết rất mù mờ
ông thư ký Tuổi Ngọc (1)

tuần báo của nhiều người
trẻ măng yêu đời nhất
lẽ đương nhiên riêng ông
mê tình thuộc số một

biết yêu từ lúc nào
ngay khi xong tiểu học?
cô bé nào vào thơ
không lời từ thuở đó?

với Những Nụ Tình Xanh (2)
mắt môi ai ở trọ
cõi mộng ông mong manh
mỹ nhân chợt hóa gió!

ai yêu không thất tình!
riêng ông chắc giàu nhất
đã dành bao nhiêu thơ
cho bóng hồng vụt mất?

hạnh phúc nhất là yêu
hạnh phúc nhì được đáp
biết yêu và được yêu
thơ không cần viết nháp

đời chẳng thể một dòng
phải chia thành nhiều nhánh
ông được thừa long đong
thơ sum suê hình ảnh

thời mang súng đi rong
sẵn sàng chờ cái chết
chợt lót dạ núi sông
ông ngời ngời nhân bản

vẽ ông không vẽ người
vẽ thơ cũng không hẳn
xin thoáng vẽ nụ cười
tôi tin ông mỉm miệng

tuy rằng chưa biết nhau
không chừng thành bè bạn
thơ thẩn toàn đâu đâu
hiệu nghiệm thật vô hạn

tôi vô địch yêu đời
tin ông chừ cũng vậy
tôi nâng ly bên này
mời ông uống bên đó

chúng ta nhận mặt nhau
bắt tay qua hương gió

PHẠM NGỌC LƯ

thiếu chút nữa bỏ sót
người bạn thơ đồng thời
lâu nay ít được rước
ông lên chiếu ngồi chơi

với tôi, là bằng hữu
ngoài tay bắt mặt mừng
còn khoái cái bản lãnh
người có thú chơi chung

với gần lòng xa mặt
đồng hội đồng thuyền nào
cũng dễ thành thân thiết
tình thơm như ca dao

tôi, ông chưa đụng độ
trên bàn rượu bao giờ
cũng chưa cùng xớ rớ
đi theo một em nào

nhưng có chung nhiều điểm
biết mê gái làm thơ

hy sinh nhiều cuốn vở
cho thương nhớ bâng quơ

ông sinh năm bốn sáu
trên đất Huế - Thừa Thiên
cõi vua chúa nhà Nguyễn
vốn phong phú bút nghiên

tôi gặp ông lững thững
trên Nghệ Thuật, Bách Khoa
Ý Thức, Văn, Tuổi Ngọc...
những sân chơi quên già

nếu tôi như cột điện
muốn cũng phải ngồi nhà
chắc chắn năm chín bốn
đã cùng ông khề khà

tôi đi, đất Đà Nẵng
có ông vào ở đời
có tán nhầm em út
tôi tơ tưởng một thời?

ông cao hơn mấy tấc
hay tầm cỡ ngang tôi?
với tài hoa thổi sáo
chắc chắn phải lành người

nghe nói thời đi học
ông đã giàu suy tư
thân phận và cuộc chiến
lòng nào không ngậm ngùi

yêu em và yêu nước
say sưa ông làm thơ
chép hẳn hoi thành tập
Hoa Rêu thơm nghẹn ngào (1)

thơ chưa kịp xuất bản
chợt chộ mặt Mậu Thân
thi ca đành thay mạng
ông hú vía sống còn

vốn xuất khoa Nôm Hán
đại học Huế thanh nhàn
ông vào Tuy Hòa dạy
gặp chị nhà hồng nhan?

thời đó tôi lạng quạng
đã cầm súng chơi rồi
dù cuốn vở luân hoán
vẫn lận lưng theo đời

(thật ra cái bút hiệu
là tên mẹ, cha tôi
nhắc khéo để bè bạn
mắng vốn dễ chửi chơi)

tiếc, ông chưa kịp thấy
cái huy chương tôi mang
gỗ liền với da thịt
để rõ người bạn tàng!

ông có nghề sư phạm
cũng nếm mùi sĩ quan
Quang Trung lẫn Thủ Đức
sớm biệt phái hưởng nhàn

sau màu cờ thay đổi
tự bỏ dạy vào Nam
đất lành không duyên đậu
lại quay về sông Hàn

vẫn làm thơ viết truyện
không biết có bị đì?
làm thầy dạy Anh ngữ
khá không Phạm Triều Nghi? (2)

đã có hai thi phẩm
Mây Nổi và Đan Tâm (3)
ông trình làng chữ nghĩa
một tấm lòng nở bông

thành công cả thơ, truyện
cuộc sống vẫn khiêm nhường
hẳn cái nghề cầm bút
chỉ giàu được mùi hương?

vẽ ông tôi bối rối
và ngập ngừng hơi nhiều
bởi các anh xứ Huế
nghe nói nhiều người kiêu

dù sao đã phóng bút
đành thả lòng theo thơ
hy vọng ông bạn quý
có nụ cười bất ngờ

---

(1) tên tập thơ chép tay đầu tiên của PNL, bị cháy trong Mậu Thân
(2) bút hiệu khác của Phạm Ngọc Lư
(3) Đan Tâm (thơ, 2004), Mây Nổi (thơ, 2007)

PHẠM NHÃ DỰ

nhớ một thời tỉnh lẻ
nở rộ chuyện văn thơ
những chàng chưa kịp trẻ
đã muốn già tỉnh bơ

năm bảy mạng một cõi
bút nhóm, thi văn đoàn
dựng báo, nhà xuất bản
coi trời như khoai lang

ông chủ trương Thế Đứng
chắc thủ thế đàng hoàng
bởi ưu tư chiến cuộc
ngại bước đi hai hàng?

tôi mở ra Ngưỡng Cửa
chỉ ngấp nghé chàng ràng
cùng với vài thằng bạn
bò dần ra khỏi hang

chúng ta cùng có tiếng
ít nhất với vài nàng

nên thơ văn từ đó
đủ mùi bi lạc quan

dĩ nhiên tôi được đọc
những bài ông cho đăng
từ Ở Phương Đông Có
Một Vầng Trăng đầy trăng

thời gian đã tàn phá
khá nhiều ký ức tôi
không nhớ rõ tất cả
nhưng chả quên tên người

bút danh ông ấn tượng
đọc qua là thích liền
bởi tôi mê Đoàn Dự
nên Nhã Dự, ưu tiên

dĩ nhiên phải nhờ đến
tài văn thơ đi kèm
thơ ông giàu bản lãnh
chinh phục nhiều trái tim

thi vị hóa thiền học
sáng chân tâm... lưỡng nghi
trần tục lẫn thanh thoát
tĩnh động hồn hóa thi

đó là Ngô Nghiêm Nghiễm
cả ý, chữ về ông
tôi cắt xén chắp vá
vẽ hồn thơ phiêu bồng

mong ông và bạn Nghiễm
không quá đỗi phiền lòng
bởi cả triệu con chữ
cũng khó chở hết lòng

nhớ năm tôi đi bụi
có ghé qua Boston
hỏi tên, nhiều người biết
nhưng bắt tay còn không

rồi đến khi hai đứa
chạm vai uống cà phê
tình bạn chưa đủ đậm
nhưng thân mến lắm tề

đó là tôi cảm vậy
chưa rõ Hải Văn Lê
bởi ông hơi ít nói
và tôi thật vụng về

nhỏ thua tôi hai tuổi
sinh miệt miền Nam sâu
cõi Hốc Môn Bà Điểm
Mười Tám Thôn Vườn Trầu

ông rất là cao ráo
mặt dài dài trái xoan
đẹp trai chưa đẹp lắm
nhưng dễ có tim vàng

không rõ người khác phái
nhìn ông như thế nào
riêng tôi nếu chấm điểm
ông giành được khá cao

khen ông rất tình thật
là vẽ đúng một phần
bề ngoài của cây viết
rất giàu có nội tâm

trước đây tôi được tặng
nhiều Cụm Hoa Tình Yêu
mừng ông chính là cụm
thơm từ sáng sang chiều

PHẠM NHUẬN

mãi Một Chín Tám Năm
mới biết và gặp ông
một nhà thơ mắt biếc
tóc dài và môi hồng

ông nam nhi thứ thiệt
không đánh phấn thoa son
nhưng trong dáng Từ Hải
lồng lộng nét mỹ nhân

khen đẹp trai như thế
có thể ông phật lòng
mỹ nhân là người đẹp
đâu dành riêng má hồng

đã đẹp lại hào phóng
cỡ công tử Bạc Liêu
nên quanh ông bè bạn
rõ nhiều ơi là nhiều!

tôi có được là bạn
của ông hay là không
nhưng biết ông cũng mến
cái thằng tôi đậm lòng

chắc thấy tôi yếu ốm
thân thể bé hạt tiêu
nghề làm mưa hẳn dởm
không gieo trồng được nhiều

nên một hôm ông tặng
bốn viên thuốc tận tay
ranh mãnh cười nhỏ nói
- "về dùng, chị biết ngay!"

tôi có hơi chưng hửng
nhưng tấm lòng bạn bè
thấy vui vui trong bụng
bỏ túi quần mang về

cả đời tôi chưa thử
thuốc vua chúa bao giờ
đã tự biết quá dữ
tẩm bổ chắc máu trào

thuốc quý ông thân tặng
đành giữ nguyên một bên
lâu ngày lạc đâu mất
nhưng kỷ niệm khó quên

và trong một lần khác
chân giả tôi lỗi thời
bảy ngàn đô ông chịu
cho bước tôi thảnh thơi

dĩ nhiên tôi không dám
chỉ nhận lòng ông thôi
lâu lâu ghé uống rượu
đúng hơn là phá mồi

không riêng tôi được quý
bốn phương bằng hữu chung
chẳng mấy ai không ghé
thăm ông Mạnh Thường Quân

bao nhiêu cuộc sinh hoạt
ra mắt sách ca ngâm...
kết thúc bằng chầu nhậu
ông vẫn vững tay dầm

sống vui vì bè bạn
hình như ông lười ra
thơ ít dùng bút sắt
thường sử dụng bút da

"Có Hề Chi - (chuyện nhỏ)
Vàng Một Chút Rong Rêu"
sợi tình thơm đầu gió
ấm dòng chữ trong veo

cùng tấm lòng Vỹ Dạ
"Mặt Trời Và Giòng Sông"
cùng tháng năm tồn tại
nụ thơ sáng trăng rằm

khen thơ ông không dễ
bốc thơm ông khó xong
không khéo bị ông quở
ba phải, ưa vị lòng!

nhớ ông từng nói vậy
vẽ ông, chợt giật mình
ngón tay bỗng cụt hứng
tôi hụt hẫng làm thinh

mừng ông giờ ở Mỹ
vẫn bay bướm thong dong
ngâm thơ ru cháu út
út nối út mỗi năm?

PHẠM XUÂN ĐÀI

chuyện phao tin thất thiệt
tại xứ sở cờ hoa
đa số đều bị nhốt
không thể nào kêu ca

tôi ở xứ cờ lá
cũng na ná thế thôi
nhưng điếc không sợ súng
hễ thích là tôi chơi

các bạn đang khỏe mạnh
tôi dựng đứng: lìa đời
rồi khóc than đưa tiễn
y như thiệt làm vui

ông là một trong đám
tôi hỏa thiêu tận tình
áo quan bằng ngôn ngữ
làm nhiều người giật mình

bà con ai cũng lạ
mới thấy ông Minh đây

đang làm báo ở Mỹ
tại sao ra nỗi này

sau Thế Kỷ 21
ông qua Người Việt ngồi
rồi Diễn Đàn Thế Kỷ
điều hành rất thảnh thơi

ông vẫn cao dong dỏng
dáng thanh thanh gầy gầy
thể hiện đúng bản lãnh
cổ nhân phong bậc thầy

sinh ra từ đất Quảng
chính gốc xứ Điện Bàn
xong đại học sư phạm
làm thầy và làm quan

ông vốn ham hoạt động
trong đoàn thể thanh niên
Phủ Tổng Ủy Dân Vận
biệt phái mấy năm liền

nhưng không hẳn vì vậy
ông qua nhiều trại gian
Thanh Cầm đến... Xuân Lộc
mười ba năm võ vàng

với chí Trần Quý Cáp
với tâm Phan Châu Trinh
khoái chính trị cách mạng
truyền thống như nòi tình

người mạnh mẽ như vậy
nhưng văn phong nhẹ nhàng
giàu hình ảnh màu sắc
lời gói tình miên man

theo ông về đất tổ
Hà Nội Trong Mắt Tôi
cắm đầy lòng hoa nở
vẫn đượm hương ngậm ngùi

tôi biết ông lâu lắm
nhưng chuyện trò mới đây
rõ ràng còn chưa đủ
thân mật gọi tao mày

thân tình không tính số
bao nhiêu lần bắt tay
kỷ niệm dù lớn nhỏ
trân quý đủ tràn đầy

tiện đây tôi xin lỗi
làm nhiều người hết hồn
đã thành tâm như giỡn
trong đợt hứng cáo tồn

ông Minh, ông Đài hỡi
tôi vẽ ông trật trìa
nhưng tin ông sẽ thấy
thân tâm ông, bien sûr!

PHAN DUY NHÂN

bạn chơi cộng bạn học
đã đủ thành bạn thân?
may mà bạn không bạng (0)
có lúc xa lúc gần

sống đời nhiều người dạy
nên giàu bạn hơn thù
chưa thành tâm áp dụng
nhưng tôi không ai trù

vụng về khai mào vậy
chứng tỏ hơi sợ rồi
bởi đầu trên tôi nhỏ
dù đầu dưới không tồi

vẽ chơi người quen biết
chọn những gã còn hơi
rủi sai kịp mắng nhiếc
đâu dễ cương quá lời

cả tháng lười thơ thẩn
tâm dung người cũng lơ

hôm nay nhớ vớ vẩn
bắt gặp ông tình cờ

nghe ông đang nằm viện
bệnh thận hay bệnh tim
hai loại bệnh không hiếm
của những người quý chim

ông chắc không suy thận
nhưng tim hẳn ít nhiều
bởi trong thơ ông viết
luôn luôn giàu thương yêu

dù ông từng trang bị
kiếm gươm vào ngôn từ
tâm hồn thơm đất nước
thấm đậm vào thi thư

tôi không cần ca ngợi
thơ ông hay thế nào
văn giới và độc giả
sẽ mắng là tào lao

nhớ xưa ông "hoành tráng"
có bề dày bề ngang
bề dọc đủ tiêu chuẩn
người thanh niên Việt Nam

thượng đế đã phối trí
khuôn mặt ông ngon lành
thượng, trung, hạ đình tốt
rồng sẽ gặp mây xanh

(thượng đình: tóc và trán
trung đình: mắt, lưỡng quyền...
hạ đình: cằm, răng, miệng...
hầu hết đều có duyên)

ba: trí, khí, hoạt lực
phát triển thật đề huề
cùng trí tuệ tăng trưởng
bắp thịt cũng ăn theo

tôi không là thầy bói
giỡn mặt chút vậy thôi
nói "túm": tướng ông tốt
nhờ tin tưởng cuộc đời

tiểu sử ông không ngắn
nhưng cũng chẳng mấy dài
đủ phong trần lận đận
không thiếu lên ngựa voi

ông với tôi cùng tuổi
không "Cùng Đi Một Đường" (1)
nhưng không thiếu vai sánh
lang thang nhiều ngả đường

có mùa xuân hai đứa
trời nắng mặc áo mưa
thăm ông Trần Gia Thoại (2)
ra về say hương xưa

kỷ niệm nhiều hay ít
nhường ông nhớ cho vui

nghe ông bị nhuyễn não
làm sao khỏi ngậm ngùi

nhắc ông đạp xe đạp
Nguyễn Duy Hiệu ngôi trường
góc Giếng Bể ngày nọ
vết than oằn vách tường

ông chừ mê và tỉnh
đang trộn lẫn với nhau
(qua tin Chu Sơn viết (3)
cho ... Đình Nam mấy câu
Hồ Đình... cũng có chuyển (4)
cho tôi vài tấm hình
nhìn ông nằm im lặng
tôi bậm môi lặng thinh)

Chu Sơn cũng có kể
lúc tỉnh ông còn đùa
rằng "Nam mô Thanh Hải
vô thượng" "đồng bọn..." mà

đồng chí thành đồng bọn
ông dùng chữ tuyệt vời
không "đồng bọn bồ tát"
hãy đồng bọn bạn chơi

vâng, *"không gian rộng quá tầm tay"* của chúng ta
và *" thời gian nhường đã ngừng bay dưới cầu"* già (5)

tôi tin ông còn vững
chưa vội xa địa đàng
như Lê Uyên Nguyên đã (6)
bởi ông còn Huy Giang (7)

và còn khá đông nữa
những người mê thơ ông
trong đó có tôi nữa
cùng cả thời ngông ngông

tôi vẽ thêm lời chúc
sức khỏe ông nơi đây
chờ tôi về thăm đã
sống chết gì hãy hay

ông vốn tin kính Phật
lòng luôn là trăng rằm
gắng thở cho thơ nở
cùng sen thơm núi sông

---

ghi chú:
 0. bạng = tiếng địa phương Quảng Nam, động từ, đồng nghĩa với đánh
1. tên nhóm thi văn đoàn của Phan Duy Nhân
2. nhà thơ, dịch giả, thân phụ nhà nghiên cứu sử Trần Gia Phụng
3. bạn văn của PDN, hiện ở Việt Nam
4. Hồ Đình Nam anh nhà văn Hồ Đình Nghiêm, một cây viết tài tử
5. chữ nghiêng 2 câu lục bát của PDN
6. bút hiệu của Lê Hiếu Đằng, luật gia vừa qua đời
7. nhà thơ, luật sư hiện ở Sài Gòn

PHAN ĐẮC LỮ

thân thế và sự nghiệp
mấy từ nghe quen quen
hình như gặp từ thuở
tôi biết ôm sách đèn

đã khoái Cao Bá Quát
từng kính mê Nguyễn Du
Hồ Xuân Hương khỏi nói
cứ như là chị tôi

quen thân thế sự nghiệp
bằng chính những vị này
và dĩ nhiên còn nữa
những uyên bác bậc thầy

khi vui vẻ bằng hữu
những người lưu thanh danh
tôi lơ là thân thế
sự nghiệp cũng mong manh

riêng với Phan Đắc Lữ
người có tuổi đàn anh
người ở hai chủ nghĩa
xin hơi đậm ngọn ngành

ông con nhà Nho giáo
cha tham gia Duy Tân
mẹ ươm tơ dệt vải
cuộc sống đắp chăn bông

Bảo An là quê quán
làng nổi tiếng Điện Quang
Điện Bàn chính danh huyện
nằm trong tỉnh Quảng Nam

tôi không rành địa lý
Phạm Ngọc Lư nhắc thêm
Bảo An là Gò Nổi
từng được gọi Phù Kỳ

hai năm ở Liêm Lạc
nghe "Tây" câu canh nông
vào những tên đất ấy
hóa ra chỉ một dòng

tôi không tin nhân kiệt
mọc từ những địa linh
huống chi Quảng Nam tỉnh
sỏi đá ngập đầy mình

ấy thế mà có thật
những người sính thơ văn

những người làm cách mạng
được kính trọng vĩnh hằng

hơi lạc đề một chút
nhưng có vẻ không sao
cái nền tôi vừa nặn
xin được chưng ông vào:

sinh từ năm 37
trộng hơn tôi bốn năm
sáu tuổi đã đi học
hăm hai tuổi phiêu bồng

ông bỏ thầy Bùi Giáng
có mang hồn Mưa Nguồn
để âm thầm tập kết
tiếp tục việc đến trường?

ba tháng tù chính trị
của người cha Duy Tân
hình như là cửa ngõ
đẩy ông một đoạn lầm

nuôi lý tưởng trong trí
tình yêu nước trong tim
ông đi tìm ánh nắng
hóa ra gặp nhá nhem

dòng cách mạng trong máu
hồng theo một cách riêng
không phù hợp chủ nghĩa
bị trù dập đương nhiên

nhờ bị loại đại học
nhờ Giai Phẩm Nhân Văn
nhờ Cải Cách Ruộng Đất
ông rời được bóng đen

không hẳn "yêu lao động"
nhưng việc làm chân tay
giúp ông giữ lý tưởng
tình yêu nước mỗi ngày

bỏ những ô dù lớn
để trở thành công nhân
công trường thay bàn giấy
một phần từ nội tâm

thế mới hay đồng tộc
cụ học giả Phan Khôi
đủ tiết tháo khí khái
chọn tự do theo đời

thêm cải tạo tư sản
cú đạp chót tuyệt vời
trả ông tuổi mười tám
thời men vào thơ ngồi

hơi chậm chân một chút
nhưng chữ nghĩa thơm tay
với hồn thơ thơm bút
ông trình diện đời ngay

sau "Hòn Kẽm Đá..." đứng
một thi phẩm in chung

có "Buồn", "Xem Hát Bội"
"Bốn Mùa Tôi" nở bùng

hẳn cũng vì thời cuộc
ý thức hệ linh tinh
đường thơ ông đứt đoạn
vì không muốn nhúng mình...

ba mươi tuổi ngưng viết
bỏ chìm khá nhiều thơ
những người tình đẹp nhất
cũng hụt dịp phất phơ

cuối đường trăng kịp mọc
vào mắt nhìn thi nhân
vào sáu mươi tuổi sống
ông trở lại ướp trầm

chẳng riêng ông như vậy
có khá nhiều bản sao
ngay em tôi cũng vậy
đâu hao hụt là bao

ông chơi thơ Đường luật
thơ lục bát ngũ ngôn
mọi loại có vần điệu
ông đều viết thong dong

choàng tình cho sông núi
lót lòng cho mỹ nhân
suy tư trước cuộc sống
tạp niệm đời phong trần

thơ ông mang đủ cả
những nội dung con người
giản dị vì ông có
một trái tim yêu đời

quê mẹ tôi Vĩnh Điện
gần hay xa Bảo An?
tôi xấu hổ không rõ
dù sinh tại Hội An

từng tản cư qua những
Quế Sơn và Đồng Bàn
Trung Phước rồi Tiên Phước
ngồi trong thúng nhìn khan

nếu như ngày xưa ấy
có chạy ngang Bảo An
biết chừng đâu tôi thấy
ông anh giàu dung nhan

nét đẹp trai ông giữ
đến giờ là quý rồi
tôi thấy vài bà chị
còn tiếc ông quá trời!

thật tình không được biết
đời tình ông ra sao
tôi tin ông hạnh phúc
hiện qua nét hồng hào

một người giàu năm tháng
còn sống cùng ngôn từ

Luân Hoán

căn bản nhờ ưu đãi
từ những đấng tiểu thư

(phái yếu không có tuổi
với tôi đều tiểu thư
bởi mỗi thời mỗi đẹp
luôn bao dung hiền từ)
nhân danh một bạn đọc
xin mừng hạnh phúc ông
bản vẽ không rõ nét
đẹp nhờ cái khung lòng

ông treo chơi ít bữa
cho chúng ta thêm gần
cũng mong lơ giùm những
những soi sót thẳng cong

ngày nào tôi có dịp
nhìn tường tận tâm dung
tôi chắc sẽ chỉnh sửa
một vài nét chung chung

chúc ông viết thơ mới
tặng người tình trăm năm
tránh ngắt yêu véo giận
khi nhớ người xa xăm

PHAN KIM THỊNH

không gặp nhau thường xuyên
nhưng biết ông vui tánh
nụ cười tăng thêm duyên
trên khuôn mặt rất bảnh

ra đời tại Lý Nhân
phía đông Hà Nam tỉnh
trên hữu ngạn sông Hồng
giáp Thái Bình tỉnh lỵ

quê ông vốn rất giàu
văn hóa và lịch sử
nơi phát hiện trống đồng
tặng cho xã Ngọc Lũ

hãnh diện về quê mình
ông ghép làm bút hiệu
Lý Nhân Phan Thứ Lang
trên khá nhiều tác phẩm

ông viết về cuộc đời
nhiều nhân vật nổi tiếng
từng "vang bóng một thời"
qua ông còn hiện diện

tôi tin chắc nhiều người
tìm đọc và thích thú
tôi không phải vì lười
mà chưa có đọc thử

văn hẳn cũng như người
cởi mở và linh hoạt
ấm áp những nụ cười
cuộc sống giàu âm nhạc

nhớ lại mới ngày nào
ông sáng lập Văn Học
tạp chí rất hồng hào
ông, chủ nhiệm bao bọc

sau Mai và Bách Khoa
lò mò tôi tìm đến
nhờ ông giúp khai hoa
tập thơ đầu tập tễnh

Văn Học như ngôi nhà
đầy thân tình sức trẻ
tôi lụt lịt thiệt thà
sớm linh hoạt mau lẹ

cũng chính sân chơi này
tôi giàu lên bằng hữu
những ngọn bút thơm tay
ông chừ thành cố cựu

vẫn nhớ ông ra Hàn
thăm thành phố Đà Nẵng
có ghé tôi vội vàng
đêm đầy trăng mùa nắng

vẫn nhớ năm bảy lần
tôi ghé qua tòa soạn
ngó cái ghế cái bàn
nhìn ông cười thỏa mãn

vẫn nhớ một tối đầy
lời bịn rịn từ biệt
ông đãi món thịt cầy
bởi đời khổ hơn chó?

và chỉ mới gần đây
thấy ông qua giọng nói
dáng không mập không gầy
nụ cười còn trẻ mãi

tôi tự nắm tay tôi
nghe từ ông hơi ấm
ông cõng cả Sài Gòn
cho tôi bùi ngùi ngắm

lững thững tháng ngày qua
cả hai trên bảy bó
đời mỗi một chúng ta
đều có riêng buồn khó

tôi nhớ ông rất nhiều
ngồi vân vê cây bút
vẽ ông chỉ bấy nhiêu
lòng trắng cùng tuyết xuống

chia buồn trưởng nữ ông
mong chị sớm bình phục
tôi tin ông vững tâm
vẫn tiếp tục cầm bút

Luân Hoán

PHAN NI TẤN

hồi mới được gặp mặt
ông còn ốm tong teo
tôi thì vô trọng lượng
gió mạnh dễ bay vèo

hồi đó ông đang nổi
cùng Phong Trào Hưng Ca
rất thường đi hò hát
trong bộ cánh bà ba

ngồi xem, tôi rất chịu
dù màn ảnh mù mù
khoái cốt cách bặm bụi
phảng phất thời da cu (1)

thói quen khi xem nhạc
chủ yếu tôi nhìn người
đặc biệt ngắm phái nữ
hát bằng nhạc bằng người

ông không ưu điểm đó
may có cây đàn thùng
và cái tâm tha thiết
lột tả nét bi hùng

không những chỉ đàn hát
ông còn đặt nhạc luôn
trẻ thơ và tranh đấu
gói ghém hương đời thường

Dậy Lửa Trường Sơn thắp (2)
hào khí kẻ xa nhà
Em Hát Em Vui nở
môi trẻ thơm mùi hoa

có lẽ chỉ chừng đó
đủ làm ông nổi danh
nhưng ông còn phát triển
tài thơ lên quá nhanh

Hồi Ký Thơ dí dỏm
nối *Câu Thơ Về Người*
ông thành danh thi sĩ
đầy nhân bản yêu đời

tôi là người có tuổi
hơn ông đến bảy năm
rất vui có thêm bạn
ồ ồ giọng miền Nam

Cần Giuộc tôi chưa tới
qua ông, biết lơ mơ
cõi quê hương nước Việt
nơi nào cũng như thơ

nhìn mặt ông đủ biết
chất nghệ sĩ ngoài da
"miếng" chất phác trong bụng (3)
cũng lóng lánh đậm đà

khen ông chơi chút ít
nếu không, dễ rầy rà
đời nghi mặc áo thụng
vái người chưa thành ma

thật sự ông rất xứng
được nhiều người mến thương
giàu tình nghĩa, hiếu khách
có cả tụ nghĩa đường

không riêng tôi thường ghé
khi thăm "tổ rồng to" (4)
bè bạn khắp thế giới
cũng về ngáy pho pho

ngoài tấm lòng, gia sản
ông còn có xương sườn
rất ư là đồng điệu
linh hoạt giàu yêu thương

nếu không Châu Khả Khiếm
ông mất đi một phần
tài hoa lẫn vốn sống
để đứng giữa phong trần

ngày ông đi cưới vợ
tôi không tới vui chung
một phần đường xa quá
một phần thiếu... phụ tùng

khi được xem ảnh cưới
tôi tự nhiên lo lo
nhưng rồi chẳng mấy chốc
ông phát tướng tròn vo

râu cằm thòng một nhúm
trông ngầu như tay chơi
đầu trù phú tóc đựng
hương nắng hương bụi đời

giàu thêm phần da thịt
không chịu giàu thêm con
một đầu Lân độc nhất
quy tụ nhiều điểm son

bù lại, ông sinh sản
Sinh Nhật Của Cây Đàn,
Ao Trời dẫn *Quê Núi,*
Tình Khúc..., Đèn Kéo Quân...

hiện nay đang hứng thú
với Tự Điển Online
mặt mũi văn nghệ sĩ
ông nhốt hết trong này

tôi, ông lắm kỷ niệm
toàn quý như vàng ròng
định nhắc lại mấy món
nhưng thôi, để trong lòng

thỉnh thoảng ngồi nghe lại
ca khúc ông phổ thơ
thấy cái thằng Châu cụt
làm thơ thật dật dờ

phải lòng ai không phải
Phải Lòng Gái Bến Tre (5)
để rồi *Khiêng Nước* mãi
quên *Quả Mít*... sau hè

thơ nhạc làm tôi nhớ
năm trăm đô ông chia
Thúy Nga chơi khá đẹp
đủ in một cái bìa

độ rày nhiều cây viết
nổi hứng vọc cọ màu
tranh người tranh trời đất
trăm hoa đua chen nhau

phần tôi ngại cây bút
dùng hoài ắt phải mòn
thay bằng nhất dương chỉ
gõ không sợ méo tròn

không thành được họa phẩm
cũng từa tựa dáng hình
chữ nghĩa có con mắt
thêm tâm vào hiển linh

chân dung có hư thực
chắc ăn tả lòng vòng
gia vị thích hợp nhất
kỷ niệm khéo tay chong

ông thấy ông có giống
Phan Ni Tấn phần nào
có thể là lạ hoắc
cứ cho giống, có sao

bởi có đủ thơ nhạc
bên cạnh Khiêm với Lân
hai ngôi nhà bề thế
bè bạn láng giềng gần

có cả nồi hấp bánh
mặn ngọt chờ ra lò
cây phát tài đụng nóc
chiếc lexus màu tro

những chỗ ngồi vẫn đợi
bạn bè xa sẽ về
tấm ảnh cầu xóm bóng (6)
ấm áp hương tình quê

chân dung ông chẳng chỉ
thịt da thân thể ông
vật dụng cùng chung sống
nhờ ông có linh hồn

ông bỏ hẳn thuốc lá
nếu không tôi vấn thơ
tặng ông là mồi lửa
trở lại thú giang hồ

---

ghi chú:
1. *PNT thành viên của Du Ca*
2. *tên các tác phẩm của PNT*
3. *một từ PNT ưa dùng trong thơ*
4. *tiếng lóng chỉ thành phố Toronto, Canada*
5. *tên ba bài thơ của LH, Phan Ni Tấn phổ nhạc*
6. *tác phẩm của Lê Quang Xuân, quà tặng của LH*

PHAN VIỆT THỦY

một trong những lá thư
tôi vui nhận sớm nhất
sau vài tháng định cư
đến từ xứ chuột túi

người gởi thư tên quen
nhưng mặt mày chưa biết
nhờ cùng mê thơ văn
xem nhau như thân thiết

tên không bằng vần D
mà G... i hơi lạ
xướng âm nghe bình thường
viết dễ sai chính tả

Phan Văn Giưỡng, Quảng Bình
con của làng Lệ Thủy
mộng gói giữ ân tình
thành danh Phan Việt Thủy

năm sinh đúng bốn ba
ngày hai, tháng hai nốt
tôi đoán mò cũng ra
ngày hoàng đạo thật tốt

người mang được tuổi này
thông minh và hiếu học
mai sau sẽ làm thầy
hiển đạt từ xanh tóc

nổi trội nhất nghề văn
tình yêu thì khỏi nói
đầy ắp những gió trăng
chung chăn chỉ một đóa

tôi bói có sai đâu
ông danh thành thi sĩ
từ Thời Nay, Ngàn Khơi,
Phổ Thông, Văn... tạp chí

chủ nhiệm rồi chủ biên
từ Hiện Diện đến Việt
quốc nội ra nước ngoài
vẫn sống cùng cây viết

góp của cho văn chương
bằng một số tác phẩm:
thơ Dung Nhan, Hoa Buồn
thơ Bàn Tay Tình Tự...
truyện A New Land
riêng, chung đều có đủ

trong sự nghiệp làm thầy
ông dạy cấp đại học
giữ trưởng ban đàng hoàng
ngành giáo dục xứ Úc

chính tại môi trường này
ông hết lòng giới thiệu
nền văn học Việt Nam
qua khá nhiều hình thức

cụ thể dùng thơ văn
Việt Nam làm khảo hạch
lòng vằng vặc ánh trăng
quê nhà thơm trang sách

thơ tôi cũng được dùng
làm đề thi một bận
chẳng thể không lâng lâng
đọc bài làm thật ấm

cạnh sáng tác văn thơ
ông soạn nhiều tự điển
phổ biến tiếng Việt mình
làm giàu thêm ngôn ngữ

đâu cần chi tôi khen
đã quá nhiều người biết
vinh danh và văn bằng
ông, "vẻ vang dân Việt"

tôi được làm bạn ông
đương nhiên là hãnh diện
vẽ ông để có tôi
hưởng ké thật lưỡng tiện
ông vẫn thường gởi cho
thân tình cùng tự điển
lẫn một góc đời riêng
nồng hương vị đất Úc

chưa thấy kangaroo
mà y như đã tới
tận Australia
nhờ tình bạn chưa gặp

sẽ gởi đến tặng ông
lá phong vàng xanh đỏ
để đổi chú koala
và ít nhiều nắng gió

ông gắng đừng lên cân
để tiếp tục cầm bút
chúng ta đều già gân
hẹn ông có ngày gặp

Luân Hoán

PHAN XUÂN SINH

tôi nhận vài chê trách:
bạn thật phí thì giờ
làm những chuyện lãng nhách
hay đã cạn nguồn thơ?

thơ, thú thật khó cạn
nhưng lạ cứ ngứa tay
không quấy phá bè bạn
phải làm thơ tối ngày

hơn nữa vẽ vời bạn
có cớ điểm tô mình
đánh bóng thêm chút đỉnh
những kỷ niệm linh tinh

hôm nay ông bị bốc
không để dầm rượu đâu
tôi cũng không nghiện sữa
ông yên tâm, đừng rầu

mời ông ra "phỏng vấn"
lẩm cẩm đôi ba điều
cũng là một cách giúp
luyện trí nhớ về chiều

ông mồ côi mẹ sớm
theo cha đến những đâu?
những nơi đã ở tạm
đọng gì lại trong đầu?

một tiếng chim lạ hót
nhịp bay của lá rơi
ông lưu giữ có đủ
để mang theo bên đời?

"sống với thời dĩ vãng"
là hít thở hương xưa?
có phải là thuốc bổ
giúp cao tuổi kéo dài?

trong chuỗi ngày xuân sắc
ông học những trường nào?
mê gái hồi lớp mấy?
làm thơ từ bao giờ?

thời ông ở Giếng Bộng
thuộc đất Nại Hiên Tây
Kim Uyên có thường háy?
Trần Châu có cau mày?

Luân Hoán

ông có thấy một gã
vừa sạch mùi nhi đồng
lẩn quẩn rê xe đạp
loanh quanh chợ Vông Đồng?

nhờ ông nhắc lại thử
những kiều nữ Sao Mai
đố ông trong đám ấy
hồi đó tôi chấm ai?

biết ông từng trúng giải
thi thơ Ty Thông tin
nội dung bài thơ ấy
chắc là chuyện trái tim?

ông bảo rằng có biết
tôi trổ mã mọc lông
bằng những thơ con cóc
ông có đọc thật không?

nếu có, hơi ốt dột
thôi, chuyện đó bỏ đi
ông thử cho biết tiếp
thời thanh niên làm gì?

trong những ngày mang súng
tham trận được mấy lần?
cò súng có nhúc nhích
trong lòng đầy bâng khuâng?

những em nào lọt mắt
sau khi vào mục tiêu?
những tình thơ ông tỉa
trong hành quân ít nhiều?

vì sao ông ngã ngựa?
thời điểm, vị trí nào?
nguyên nhân vì thơ thẩn?
hay dính líu má đào?

ngày rụng chân ông khóc?
hận chán đời bao lâu?
vịn gì ông đứng dậy?
tình chị nhà đỡ đầu?

sau khi bị an phận
với đời cựu sĩ quan
ông trôi nổi ngoạn mục
ngày quốc gia tan hàng?

nghe nói ông lập nghiệp
vững vàng ở Sài Gòn?
"bơi trên dòng nước ngược"
với cả một tấm lòng!

ông cưu mang lắm đứa
từng có quen biết tôi
nếu thời bầm dập ấy
gặp ông, tôi đỡ rồi

thay mặt đám bạn hữu
(dù không có ủy quyền)
cảm ơn ông nhiều tiếng
bằng nhịp đập trái tim

cuộc đời, ai không giống
một cuốn truyện thật dài
tác giả và bạn đọc
cùng đóng chung một vai

rất may tôi được biết
rồi dần dà quen ông
được đọc tiếp cuốn sách
đời ông, nhưng chưa xong

dĩ nhiên chưa xong được
ông phây phây sờ sờ
làm tình và uống rượu
thoải mái cùng văn thơ

học theo ông, tôi sống
rỉ rả với cuộc đời
vẽ ông hay phỏng vấn
cũng na ná vậy thôi

gởi tặng ông nhàn lãm
nhấm nhi lại cái-tôi
tôi hỏi không cần đáp
ông khỏi phải trả lời

RỪNG - NGUYỄN TUẤN KHANH

thủy tổ dân tộc Việt
truyền thuyết Kinh Dương Vương
có húy là Lộc Tục
trí đức vốn phi thường

hình thành ra nhà nước
sơ khai tự thuở nào
với quốc hiệu Xích Quỷ
Ao Việt chọn đóng đô

ông là tay cầm bút
dùng danh Kinh Dương Vương
ý chơi trội thiên hạ
ngón làm đẹp văn chương

ngoài Văn Xuôi Toàn Tập...
Những Chiếc Mặt Nạ Cười
ông còn cùng Đường Kiến
nổi giữa thế giới người

bút lực không chỉ vậy
ông còn nặng tay thơ
Dung Nham Thơ Toàn Tập
riêng Cỏ Đồng phất phơ

nhưng nghề chính, tài ruột
của chàng Nguyễn Tuấn Khanh
là những đường tung cọ
thành tranh và thành danh

tốt nghiệp trường Mỹ Nghệ
Gia Định là bước đầu
qua Cao Đẳng Mỹ Thuật
Huế tiến vào chiều sâu

tranh ông nhiều thể loại
tĩnh vật cùng mỹ nhân
trừu tượng lẫn siêu thực
độc đáo nhất khỏa thân

giai thoại bè bạn kể
ông từng làm Adam
thả ngọn cọ thật dễ
làm nên họa sĩ Rừng

tôi khoái ông ở chỗ
thông thoáng ngồi tượng hình
hắn gật gù rất tới
khi tạo một em xinh

không biết ai phút đó
có mặt san sẻ tình
hay chỉ những khung vải
ông và đấng thần linh

chắc từng có người mẫu
cỏ hoa phơi phới xanh
khi vẽ ông có nặn
thêm pho tượng để dành?

câu "thợ may ăn vải
và thợ mã ăn hồ"
cứ làm tôi suy nghĩ
họa sĩ xơi cõi nào?

đùa chơi, ông đừng giận
mà run tay lạc dòng
vẽ, làm thơ, viết truyện
ngón nào chẳng phiêu bồng

hồi tôi in sưu tập
về Tác Giả Việt Nam
ông góp công trang điểm
mặt bìa trông thật sang

ông cùng tôi một tuổi
nhưng tôi già hơn ông
hai tháng đời gió bụi
tôi làm anh được không?

Luân Hoán

bạn bè chưa cùng nhậu
chưa thể nào mày tao
dù hình như thân lắm
chắc hợp nhau điểm nào

ông thành danh họa sĩ
chưa vẽ tôi lần nào
tôi vẽ ông, ghê thật
không trăng cũng thành sao

tôi không vẽ cái mũi
cũng chẳng họa cái môi
vẽ cái tâm bay bổng
chính là Rừng chịu chơi

ông đi về chốn cũ
như đi chợ hẳn là
đã có nơi cư ngụ
như tổ ấm đậm đà

mừng ông thêm họa phẩm
triển lãm đều mỗi năm
tiếp tục cùng bè bạn
sống vui đời thong dong

SONG THAO

cách đây đã mấy năm
tôi vẽ ông đại khái
không biết có được không
mời ông cùng xem lại:

"chân mang giày số 6
cõng hương qua đại dương
tâm mang tượng thánh giá
sá chi cõi vô thường

giữa đời khô khốc bụi
dòng phiếm sáng như gương
treo nụ tình nhân ái
trong từng mảnh đời thường

bên lưng những con chữ
phảng phất mùi phấn hương
hóa ra hồn núi Ngự
đang chăn gối chung giường

thân cao chừng mấy trượng
tình vãi về mấy phương
đời thiếu dòng khói thuốc
hẳn đôi lúc buồn buồn?"

có lẽ chỉ tạm được
dù đủ vợ đủ con
có cả chút tầm vóc
đức tin cùng tâm hồn

nhưng còn thiếu nhiều lắm
chưa tròn một chân dung
gồm thân thế sự nghiệp
cùng kỷ niệm mông lung

tôi là người lắm chuyện
chuyên mượn chữ thay lời
dài dòng như cái bệnh
trong tháng ngày thảnh thơi

nên chừ nắn nót tiếp
may ra có đầu đuôi
bề thế một ngọn bút
tâm dung rất tuyệt vời

ông là người Hà Nội
hà cớ chi vào Nam
năm-mươi-tư không chạy
biết đâu chừ nghênh ngang

ít ra cũng tiến sĩ
tệ lắm phó giáo sư
có đâu chỉ ông cử
ngành ngoại giao sật sừ

"nói đi phải nói lại"
ở đâu ông cũng ngon
miền Nam vẫn số một
để lập nghiệp, sinh tồn

ông chánh nghề công chức
ngạch trật loại thầy thông
viết báo nghề tay trái
tay giữa chăm hoa hồng

trước bảy lăm đã dạo
tìm sợi nhỏ Hoa Kỳ
hình như chưa khá mấy
chưa gầy giống được gì

đổi đời, ông "cải tạo"
đồng loạt như mọi người
cũng lao động đủ bộ
đúng tiêu chuẩn trời ơi

may được về khá sớm
trổ nghề bán thuốc tây
bán cà phê nước ngọt
tập lè phè, phây phây

đời chưa dừng o bế
ông được đi nước người
không cần chạm biển cả
lướt mây, ngồi rung đùi

trong những ngày phỏng vấn
trời xui tôi gặp ông
nhìn nhau vẫn thủ thế
mặt đâu dễ biết lòng

chẳng thể để hồi tưởng
trôi theo dòng ngũ ngôn
nhắc sơ đủ sống lại
một thời bỏ giang sơn

vợ chồng có duyên nợ
bè bạn có chi hè?
chắc là sự tương kính
đồng cảm, không màu mè

quen ông, một hạnh phúc
có chỗ để khi buồn
gọi ông xả ra bớt
vài phần mười bi thương

đi đâu, nếu lười biếng
có ông cho quá giang
ăn hàng có ông đãi
rất vui vẻ nhẹ nhàng

ngày ngày mỗi buổi sáng
ông mời uống cà phê
bộ nồi trên cái cốc
mặn ngọt thật đề huề

vui miệng kể tin tức
về Do Thái, Ba Tư
về vợ tông tông Pháp
về bé Lâm Tâm Như...

đại loại toàn có thật
dù nghe rất giật gân
khuây khỏa chiến trường nhỏ
mỗi tuần còn một lần

trong đám bạn hiện tại
chỉ ông và Đinh Cường
than "suy" mà vẫn khỏe
đi đây đó luôn luôn

từ đi nghĩa thuần túy
không có nghĩa đăng bài
không có nghĩa phung phí
kho dự trữ sức trai

đêm nay lại mất ngủ
định mượn ông vẽ mình
lạ thật chỉ lẩm cẩm
lặp toàn chuyện linh tinh

có phải tôi đang mặc
áo thụng vái ông không?
tùy mỗi người đáng giá
riêng tôi thấy ấm lòng

đâu dễ ai cũng có
một người bạn hiểu mình
nhất là tôi nhút nhát
chuyên lủi thủi làm thinh

chuyện buồn, tôi cả đống
muốn phơi cho nhẹ lòng
bớt hao hụt độ ẩm
giữ hai con ngươi trong

à quên, chưa kịp hỏi
cái chân dài đỡ chưa
nên cữ đi chân ngắn
đừng tùy nghi theo mùa

giữ sức để còn viết
phiếm mười bốn, mười lăm
phiếm hăm bảy, hăm chín
cho thiên hạ lót lòng

SONG VINH

chỉ vẽ một vài nét
đã nhận thấy rõ ông
tôi từng nghĩ như thế
hóa ra mình sai lầm

ông chẳng chỉ cao lớn
như một cây trụ đồng
mà rất ư hảo hớn
phát xuất từ tâm hồn

vẽ thật sẽ như nịnh
bởi tôi nợ ông nhiều
dù hình như có trả
bằng đôi chút thương yêu

ông không hẳn là bạn
đúng ra là người thầy
tôi theo học hàm thụ
trò chơi mới thời nay

học trò tuy không dốt
nhưng phải cái tội lười

muốn học mà chả học
hành ông đến phờ người

trang nhà là khuôn mặt
và cũng là chỗ ngồi
theo kịp cùng thiên hạ
ông ra tay giúp tôi

vài xử lý sơ đẳng
cũng phải điện réo ông
từ chuyện nắm con chuột
đến khi biết bềnh bồng

trong tiến trình công việc
chắc nhiều lúc mất lòng
bởi tôi tính độc đoán
ưa đổi thay lòng vòng

ông chiều tôi tất cả
không phải tôi đàn anh
trong thơ văn lẩn thẩn
mà bởi tâm ông lành

hơn nữa trò thơ thẩn
ông kém cạnh chi tôi
cũng ngũ ngôn lục bát
sáu, bảy chữ loạn ù

thơ ông đọc thú vị
ấm áp hương tình người
lung linh nét sông núi
giàu tâm sự buồn vui

gặp mặt không nhiều lắm
chừng đâu năm bảy lần
ông người Nam hay Bắc
nói nghe như giọng Trung

chủ yếu trong trò chuyện
ông dành nhiều nụ cười
câu nói thường ngắn gọn
xuề xòa rất tươi vui

chưa có dịp để biết
ông nóng giận thế nào
trong thân thể võ tướng
ngồn ngộn nguồn ca dao

hẳn say mê du lịch
nên lập trang lãng du
ông kỹ sư điện toán
không gian ảo bù trừ

một tập thơ vững bước
đi Về Dưới Hiên Mưa
kéo theo người em nữa
mang cho đời Hương Xưa

giữa cuộc chơi sung mãn
bất ngờ không thể ngờ
thật tình không dễ hiểu
chỉ nghe lòng nao nao

bè bạn như huynh đệ
vắng liên lạc vẫn còn
cái hồn Vuông Chiếu trải
mươi năm đủ trăm năm

SỸ LIÊM

có phải Annamite?
sao giống Parisien?
mấy năm sống ở Pháp
đã có phong thái riêng

dáng cao cao mảnh khảnh
vóc hạc hơi gầy gầy
tướng mạo trong tục ngữ
được đánh giá bậc thầy

hư thực tôi không rõ
nhưng cũng đoán chừng ông
rất tràn đầy phong độ
nam nhi giống tiên rồng

ra đời năm sáu... mấy
ngay giữa đất Sài Gòn
trong gia đình viết lách
lý tưởng nuôi tâm hồn

ông dụng tài múa bút
bao trùm cả văn thơ
khởi đầu hai tập truyện
có da thịt hồng hào:

Những Mảnh Đời Chắp Vá
và Tình Nghĩa Thầy Trò
chuyện muôn đời xã hội
tươi vui cộng buồn xo

thơ thẩn đã mấy tập
đủ ngồi chung đứng riêng
hồn chữ xanh tới tấp
dí dỏm khoe nét duyên

một đôi khi táo bạo
yêu em như đời thường
ngôn ngữ không ngần ngại
ngỡ như biết ở truồng

ông cười cười tự nhận
ảnh hưởng tôi xíu xiu
tôi vui vui ngẫm lại
thế ra mình từng liều

tôi ông chưa gặp mặt
nhưng rõ ràng rất thân
thì ra khi đồng điệu
xa mấy cũng thấy gần

từng bị ông dụ khị
in chung thơ đôi lần
giúp tôi trẻ mấy tuổi
bạn bè càng thêm đông

nghe tin ông in sách
thả thơ bay lên trời
gắng họa ông đôi nét
để ông in kèm chơi

chân dung ông dễ vẽ
bởi mặt mũi đẹp trai
tiếc tôi khác con gái
càng tô màu càng sai

hẹn ông thêm ít nữa
tôi về thăm Việt Nam
có Sỹ Liêm ra đón
cầm theo bó hoa vàng

TÂM THANH

không giỏi nghề tướng số
dám xem ảnh vẽ người
rõ ràng tôi bố láo
dám xăm mình mua vui

người chê cũng đành chịu
người giễu xin cam tâm
trò chơi quả lãng nhách
vá víu thật dài dòng

dám ngông nghênh như vậy
nhờ bè bạn cả thôi
nhờ quý cụ, quý bác
hãy chín bỏ làm mười

như vợ chồng ông bạn
quen tên đã nhiều niên
dù chưa "hay!" trực diện
chợt nhớ ra, vẽ liền:

ông thua tôi một tuổi
nghĩa là năm bốn-hai
đất Thăng Long Hà Nội
sinh thêm thằng con trai

với trán cao miệng rộng
mũi thẳng hai má đầy
trái tai dài đại thọ
phúc đức sáng mặt mày

chỉ cần nhìn nhiêu đó
suy diễn thêm từng phần
tuốt Mỹ Tho Nam Việt
nhà thơ nữ chọn chồng

đương nhiên bà ưng ý
phải không chị Khánh Hà?
ông nho nhã nhà giáo
văn tài trổ thơm hoa

sinh ra trên đất tốt
lớn lên trên đất lành
Sài Gòn truyền vốn sống
Na Uy dựng danh thành

dù vung tay hơi trễ
Thiên Nga Giữa Cõi Người (1)
vỗ cánh bay tuyệt đẹp
mang tặng phẩm dâng đời

món quà thật cao quý
là tình cảm ơn người

là lòng tạ trời đất
góp vốn đời thêm vui

từng lành tay dạy triết
văn phong ông nhẹ nhàng
chuyên chở điều giản dị
sống bao dung lạc quan

đặt mình vào thực vật
hít thở giữa thiên nhiên
Gỗ Thức Trên Rừng (1) biếc
với cái tâm thiện, hiền

tôi có điều hơi tiếc
phải chi ông làm thơ
nhường bà chị viết lách
hứng thú càng ngọt ngào

làm thơ như làm việc
làm thơ như làm ăn
động từ làm rất tuyệt
tôi ẩn dụ gì chăng?

chỉ ảnh hưởng ông đấy
qua "Chiêu Hồi Ngôn Từ" (2)
linh động rất lý thú
đủ vừa học vừa vui

không biết ông có mượn
Cõi Thơ (3) của Khánh Hà
những thi vị ngôn ngữ
mà truyện triết mượt mà?

tôi nghĩ rằng chắc có
khi cơ thể giao hòa
tư tưởng cùng tình cảm
chảy chung nhịp thiết tha

vẽ ông khều thêm chị
cho đủ cặp thiên nga
biểu tượng của hạnh phúc
giàu chung thủy đậm đà

thưa ông bạn chưa gặp
ông khó nhìn ra ông
qua những gì tôi vẽ
xin xem bằng tấm lòng

Norway đang đầy tuyết ?
Montréal trắng trời
màu trắng không của tuyết
của niềm vui tôi thôi

chúc ông bà thả bút
vào thiên nhiên Bắc Âu
cho dòng văn học Việt
lấp lánh thêm sắc màu

———————————

(1) tên các tác phẩm đã xuất bản của Tâm Thanh
(2) xem bài viết này đã phổ biến trên nhiều trang web, kể cả mục này, ngày 3-3-2012
(3) Cõi Thơ: thi phẩm của Khánh Hà, phu nhân Tâm Thanh

THÁI TÚ HẠP

Hội An năm Canh Thìn
đất nứt được mấy đứa ?
tôi, ông, hai thằng tinh
lì đòn, còn chống cửa

cùng dân dã bình thường
trọng lượng ông lấn lướt
chiều cao cùng khiêm nhường
nhìn chung trông cũng được

trong nhóm bạn Sông Thu
của Phố Hội thuở nọ
hình như ông đầu tàu
thả thơ bay cùng gió?

mười sáu tuổi có thơ
trôi trên nhiều mặt báo
không biết có dật dờ
lơ là đời Phật tử?

ông không tu tại gia
thường vào chùa Phước Kiến
tôi từ thành phố xa
thường ghé cà phê Đạo

nhờ đó tôi quen ông
trước mấy ngài hảo hớn
những Hoàng Quy, Thành Tôn
cùng Hoàng Lộc mới lớn

ông trong giai đoạn này
rất đào hoa bay bướm
chắc hẳn nhờ dòng thơ
đầy môi hồng mắt ướt

ông đi lính lúc nào
thật tình tôi không biết
đến một hôm tình cờ
gặp thiếu úy thứ thiệt

đời chẳng khó dễ gì
nhưng đã sống phải bước
ông đi tôi cũng đi
hăm hở về phía trước

tạm coi như dấn thân
cho oai phong một chút
ông qua nhiều tiểu khu
rồi về quân đoàn một

khi cô em "bỏ đời
theo thơ", ông đám cưới
ngày vui vắng mặt tôi
mất dịp làm thơ thẩn

gia thế đã yên bề
thơ ông chợt đổi mới

hồn vía của Thèm Về
giàu tiếng tình nguồn cội

cây lá thở nhiều hơn
trong suy tư đằm thắm
tiếng mìn và tiếng bom
leo thang trong ngôn ngữ

ông thăm tôi thường xuyên
khi cái thằng thiếu úy
vô duyên hay có duyên
rớt ra ngoài cuộc chiến

trước đêm ông vượt biên
hai thằng ngồi hóng gió
nước sông Hàn triền miên
ngấm lời ông giã biệt

quả thật xứ tự do
người có tài mau phát
ông chưa chắc giàu tiền
nhưng tình càng bát ngát

mở cà phê Doanh Doanh
chỗ ngồi văn nghệ sĩ
chuyện dưới đất trên trời
chẳng cần tìm tri kỷ

vào nghề báo ngẫu nhiên
như một tay lão luyện
một cõi Saigontimes
đến nay còn hiện diện

tấm lòng cho quê hương
gom đóng thành tuyển tập
trĩu nặng tình yêu thương
lưu hương cùng giữ mật

nghĩa trang Westminster
tượng Thuyền Nhân đã dựng
khối đá trong khối thơ
vẹn lời nguyền ông ước

bao nhiêu việc đã làm
hình như chưa thấm mệt
thơ sắp tiếp tục in
văn vẫn lai rai viết

nhìn ông qua truyền hình
có hơi gầy hơn trước
tuổi già không mập ra
biết đâu là có phước

vẽ ông, tôi viễn vông
thân thế và sự nghiệp
chẳng thuần túy chân dung
mong đừng "- xì !" lớn tiếng

cho nhắn thăm chị Cầm
mừng vẫn dịch Đường luật
tiểu thuyết tình Quỳnh Dao
và diễn thuyết, họp báo

xin lỗi phụ tình ông
tổ chức tôi gặp mặt
ra mắt sách và thăm
những bạn đọc thân thiết

THÀNH TÔN

sản xuất thơ hàng loạt
y như tập làm văn
người thương, không nỡ mắng
ngòi bút càng ăn quen

có thể cô đọng lại
nhưng tôi thích kéo dài
cái chi dải cũng quý
việc chi dai cũng oai!

hôm nay phác họa tiếp
ông bạn thơ Thành Tôn
nhà phát hành sách lớn
nhận phần thưởng cò con

thơ ông đã bình loạn
dưới tên Hà Khánh Quân
nên chả cần nói sảng
thêm vài hàng lung tung

ông gốc người Đại Lộc
Quảng Nam tôi đó mà
chân chất là cái gốc
cổ thụ còn sai hoa

không hẳn là cục bộ
nhưng rất mê quê nhà
nhớ lá núi Sườn Giữa
sóng nước sông Vu Gia

lòng nhốt ấm Xóm Hạ
"khói lam chiều" theo mây
chim lót tình mái rạ
Xóm Thượng dấu chân bày

tuổi thơ theo châu chấu
nhởn nhơ cùng chuồn chuồn
bè bạn đầu để chỏm
sống mãi niềm thân thương

tôi với ông đồng lứa
nhưng ông quả khôn hơn
làm anh tôi xứng lắm
nhưng đừng mơ đánh đòn!

trong tứ quái Phố Hội
gồm Hạp, Tôn, Lộc, Quy
tôi gần ông nhiều nhất
nhưng nhậu cùng, ít khi

dễ hiểu, cùng yếu rượu
thỉnh thoảng mới cà phê
ông đàng hoàng, chững chạc
còn tôi khoái lè phè

với ông sách là nhất
ông nghiện nặng vô cùng
nhờ chính nỗi ghiền đó
nhiều người hưởng lợi chung

ông cũng lãi dữ lắm:
bằng hữu ngày một nhiều
cái sợi dây chữ nghĩa
có công lực cao siêu

một điều ít ai biết
ông hiếu khách nhưng mà
chẳng khi nào dễ tính
với người ít tài hoa

ông đọc kỹ từng chữ
chuộng nghiêm túc phân minh
sao chép sai chấm phết
cũng chỉnh, sửa hết mình

không thấy ông chưng Phật
nhưng thờ cúng ông bà
Nhân, Lễ, Nghĩa, Trí, Tín
thay cụ Khổng thơm nhà

hẳn nhờ tính cẩn trọng
trong bất cứ việc gì
bè bạn ai cũng quý
nhất ông rồi còn chi

riêng tôi khỏi cần nói
xem ông là bạn vàng
loại vàng không cân được
mà sức nặng vô vàn

thời ông ở Đà Nẵng
tôi đạp xe ghé hoài
sân cư xá thuế vụ
được nhiều lần lai rai

rồi ông vào Quảng Tín
giữ vai chánh văn phòng
ngài đại tá tỉnh trưởng
quả tinh mắt, có lòng

một đoạn đời bỗng lạc
màu máu áp màu da
chợt gặp nhau trở lại
giữa Sài Gòn, thở ra

ông xuống tinh thần lắm
nhưng vẫn giữ nụ cười
chuyện đời ai biết trước
huống gì khờ như tôi

dân Việt Nam hên, rủi?
chợt có mặt tứ tung
bị hay được xuất ngoại?
biết luận sao cho cùng

ông quan ba thuở ấy
chưa hề gõ điện thư
nên tôi thường nhận giấy
với nét chữ rất cừ

vừa rồi ông ngã bịnh
tên bệnh nghe rất kinh
may vi trùng chùng bước
trước một người chí tình

mừng ông đã thoát hiểm
tuy hạn chế thú đời
miễn là còn dư sức
làm và đọc thơ chơi.

THIÊN HÀ

từ ngày làm thơ với anh
đến chừ tình vẫn màu xanh mây trời
màu xanh cây lá trong đời
màu xanh tuổi trẻ ham chơi nối dài

chúng ta còn viết lai rai
ngày đôi ba nụ tình phai vét lòng
trái tim chừng bớt long đong
vì hao hụt hương mỹ nhân khá nhiều

kho tình dự trữ thương yêu
vắng người chịu nhận hắt hiu ngôn từ
với anh, hình như còn dư
riêng tôi thú thật bây chừ vắng tanh

câu thơ đẹp khó để dành
cho rồi lặp lại bỗng thành cùn trơ
tôi nuôi hy vọng vẫn chờ
có em nào đó dại khờ, biết đâu

mừng anh hình như vẫn giàu
người hoa góp vốn đủ đầu tư thơ
giới thiệu anh viết vẩn vơ
có chi không phải giả lơ mỉm cười.

THIẾU KHANH

danh ông vốn không lạ
tôi đọc qua nhiều lần
không hiểu sao lẩn thẩn
đoán lầm là giai nhân

lại đinh ninh tin tưởng
người đẹp ở cố đô
đựng sông Hương núi Ngự
trong hơi thở ngọt ngào

sau nhiều lần sưu tập
chỉ gặp những Thiếu Linh,
Thiếu Sơn, Thiếu... gì nữa
Thiếu Mai, Thiếu Lăng Quân...

bất ngờ một người bạn
hình như Lại Quảng Nam
gởi Thiếu Khanh cho đọc
mới thật sự hết hồn

thơ quá cỡ thợ mộc
sâu sắc và mượt mà
tình ý như một khối
ngọc từ lòng lấy ra

lại nữa, là nam tử
của Bình Thuận, Tuy Phong
là nhà giáo, người lính
thuộc chính hiệu vàng ròng

càng thú vị hơn nữa
ông từng ở phố Hàn
góp tay cho Thời Mới
báo quê nhà Quảng Nam

gần đây qua bà chị
dân thuốc lá quê tôi
biết ông rể Cẩm Lệ
tự nhiên lòng thêm vui

nhưng thú thật có tiếc
đùi đụi giùm cho ông
phải chi thời Dục Mỹ
ông rộng tình, thích hơn

trong mười ba cô bé
gởi Tìm Bạn Bốn Phương
từ một trường sư phạm
ông chọn hơi khiêm nhường

chỉ chấm số mười-một
với lập luận rất hay
người với hai lần nhất
hẳn là giỏi quá tay

mừng ông không lầm lẫn
lại chứng tỏ đàng hoàng

hạnh phúc cũng từ đó
ông viết thơm từng trang

văn tài của kẻ sĩ
phơi phới đến cùng người
ông trầm tĩnh hòa nhã
trong sáng và tươi vui

nếu để được tĩnh tự
để tô điểm chân dung
tôi sẽ không ngần ngại
chỉ tiếc sức có chừng

vẽ ông qua nhận xét
của các bạn thật lòng
cụ thể như Trọng Tạo
như bạn thơ Bắc Phong...

tôi bực mình thật sự
cứ giữ tật rườm lời
lẽ ra thảo vài nét
đặc biệt từng người thôi

thật ra tôi thấy tiếc
và cũng kém tay nghề
càng vẽ càng lệch lạc
càng thú đi lạc đề

nếu thuần túy nhan sắc
thay mấy bà, khen ông
rất ư là đẹp lão
dư sức còn bóng hồng

TÔ THÙY YÊN

ăn cưới con gái ông
xác nhận rõ thi sĩ
mát tay gom má hồng
gối đầu làm tri kỷ

chẳng riêng tôi trầm trồ
rõ ràng nhiều bè bạn
cũng thầm kín ước ao
được như ông lãng đãng

ông là Đinh Thành Tiên
không thành thần thành thánh
trong lành và ngoài hiền
mặt mày trông rất bảnh

đi ăn cưới con tôi
ông điềm đạm nổi bật
không nói chỉ mỉm cười
lượm pháo tay lớn nhất

được mến mộ bởi đâu
nhờ học văn chương Pháp?
chuyên viên viện Pasteur?
hay là người Gò Vấp?

phải vì thiếu tá chăng ?
trưởng phòng tâm lý chiến?
đời thường đó dễ bằng
một thi sĩ ưu hạng

Đời Mới đăng thơ ông
thời học Trương Vĩnh Ký
hồn thơ lộng lẫy dòng
nòng cốt cho Sáng Tạo

khai sinh Thơ Tự Do
nhưng lòng ông ở lại
hương thơ cũ thơm tho
tình ông trẻ mới mãi

khí khái khác cuồng ngôn
bộc trực khác cao ngạo
ngôn ngữ trải tấm lòng
trung trực những từng trải

cuộc sống cạnh súng dao
non sông đầm đìa máu
vũ khí bọc bằng thơ
những căn hầm ẩn náu

tôi cũng từng *Qua Sông* (1)
cũng từng xài súng ngắn
thấm thía nguồn tình ông
qua những *Anh Hùng Tận* (1)

sẽ vô cùng vô duyên
tâng bốc không cần thiết
những giá trị đương nhiên
ai cũng biết quá tuyệt

Tuyển Tập Tô Thùy Yên (2)
in muộn nhưng sống sớm
Thắp Tạ (2) đời an nhiên
trừ mười ba năm nạn

vài lần gọi thăm nhau
ông vui cười niềm nở
tôi thủ thế chi đâu
thật tình chưa cởi mở

kính quý ông đương nhiên
nhưng vẽ ông hời hợt
mong những nét thiếu duyên
ông đọc gặp thành thật

---

ghi chú:
1. tên hai bài thơ
2. tên hai thi phẩm đã xuất bản

TRANG CHÂU

ông, tôi trùng họ tên
khác nhau một chữ lót
hai từ nghe đều hên
ông Văn tôi là Ngọc

tôi sinh tại Hội An
ông ra đời tại Huế
ông hơn tôi ba năm
chênh lệch không đáng kể

cha tôi giàu phong lưu
cha ông giàu văn võ
cả hai giàu tháng ngày
cùng vượt xa tám bó

tôi, ông đang rủ nhau
nối gót yêu đời sống
chắc chắn còn trụ lâu
giữa cuộc đời sôi động

ông hẳn sẽ thọ hơn
bởi hành nghề y sĩ
giàu kinh nghiệm chuyên môn
mỹ nhân săn sóc kỹ

nhưng thôi, chuyện ngày mai
chờ hạ hồi phân giải
dù ai thọ hơn ai
hãy vui chơi thoải mái

xưa, khi chưa quen ông
tôi đã được nghe tiếng
thơ văn ông hanh thông
cùng sắc nhan rất điển

bác sĩ làm sĩ quan
nghiệp cha anh tướng, tá
nhưng không chọn an nhàn
vào nhảy dù hữu xạ

chữa bệnh với văn thơ
khởi từ bàn tay phải
trái tim nằm bên nào
cũng nuôi tình sống mãi

binh nghiệp ông ra sao
tôi không theo dõi kỹ
nên chỉ vẽ hao hao
vài nét đời kẻ sĩ

tác phẩm ông trình làng
tập thơ Tình Một Thuở

Luân Hoán

theo Lê Văn: nồng nàn
tôi chưa được hạnh ngộ

bút ký tạo tiếng vang
là Y Sĩ Tiền Tuyến
giải văn học Việt Nam
chọn trao ngay phần thưởng

ông ngừng chơi mấy năm
không phải vì mỏi bút
cùng dân tộc long đong
văn thơ không bỏ cuộc

đời đón Về Biển Đông
sau khi ông tìm vớt
người tỵ nạn lạc dòng
tranh sống cùng gió sóng

chợt có mặt Dì Thu
mang tình ông trình diện
dưới nguồn chữ đặc thù
thành công trong truyện ngắn

nhưng giữa thơ và văn
thi ca ông vốn chuộng
cùng tâm hồn sáng trăng
ông cho ra Thơ Tuyển

nợ dòng văn mượt mà
ông tin trước Chị Xuyến
sẽ lộng lẫy thịt da
ôm tình ông xuất hiện

quen ông không ngẫu nhiên
như chuyện tất phải đến
ông, tôi đều dân hiền
nên dễ chơi, dễ mến

ông giới thiệu thơ tôi
thật nhiệt tình ưu ái
tình người trộn tình người
ấm lên tình nhân loại

nhân đây cảm ơn ông
thêm một lần, lần nữa
tôi gắng làm thi nhân
cùng ông nuôi ngọn lửa

vẽ ông không thể quên
một nét thật độc đáo
mà ông chọn lưu tên
cho ngàn sau sách vở

huynh trưởng ông tên Trang
đã cùng ông thường trực
thành bút hiệu vẻ vang
đứng trên nhiều lãnh vực

cả hai cùng có duyên
với chức vụ chủ tịch
văn bút cùng võ biền
dù không hề tình nguyện

có lòng lẫn có công
hai đầu tàu sung sức

bè bạn đều yên lòng
cùng hỗ trợ tích cực

dĩ nhiên luôn có tôi
trong đám bè bạn đó
không nhiều kỷ niệm riêng
vừa đủ xa thấy nhớ
hỏi nhỏ nghe anh ba:
không biết ông còn ghé
ngó chân ngựa tà tà
gần nhà tôi thuở nọ?

hỏi cho có vậy thôi
bởi thỉnh thoảng cùng nhậu
mừng ông vẫn yêu đời
ca hát nhiều hơn trước

Song Thao vẫn khen ông
lành tay điều trị bệnh
tôi hơi bị ngông ngông
sẽ đến ông nhờ chữa

nghe nói phòng mạch đông
không sao, chờ vẽ tiếp
ông bác sĩ giàu lòng
cầm ống nghe cầm viết

TRẦN DOÃN NHO

Huế có hai Trần Hữu...
cùng lứa, đều viết văn
một ông Trần Hữu Lục
tôi chưa hân hạnh quen

một ông Trần Hữu Thục
tôi được ké ánh trăng
ví trăng hẳn chưa đúng
bởi ông sáng nắng trời

rực rỡ trong ngòi bút
thong dong giữa cuộc chơi
tốt nghiệp đại học triết
không muốn thành triết gia
lững thững làm thi sĩ
lành tay làm văn gia

bài viết đi Đối Diện,
Khởi Hành, Văn, Bách Khoa,
Tân Văn, Vấn Đề... thấm
hồn văn trải đậm đà

văn thơ chưa đủ thú
ngón tay nương tiếng đàn
lòng rót ra hương nhạc
thân tặng đời hỗn mang

nghề tay trái chỉ vậy
nghề tay phải ngon hơn
dạy học rồi đi lính
đánh đấm có đeo lon

hẳn nhiên được tốt nghiệp
lớp hấp não trên rừng
được cấp bằng xuất ngoại
sang Hoa Kỳ ung dung

đổi đời, nghiệp cũng đổi
nghề tay trái thăng hoa
nghề tay phải hơi xuống
vẫn giữ vững tài hoa

tự do là luống đất
văn nghiệp xanh ngời ngời
Thế Quân chậm chân bước (1)
Trần Doãn Nho lên đời

vung tay trên Văn Học,
Phố Văn, Hợp Lưu, Văn,
Thế Kỷ 21, Việt,
Gió O cùng Gió Văn ...

website loại thượng thặng
Talawas, Da Màu...

trồng tình vào luống chữ
trải suy tưởng nông sâu

tặng đời mươi tác phẩm
tùy bút, truyện ngắn, dài
tiểu luận lẫn bút ký
cùng phương phi sánh vai:

thơm Căn Phòng Thao Thức,
Loanh Quanh Những Nẻo Đường,
Dặm Trường, Viết Và Đọc
Từ Ảo Đến Thực... luôn

Vết Xước Cuộc Đời, đẹp
Tác-Giả-Tác-Phẩm-Và-
Sự-Kiện như hơi thở
tinh khôi và đậm đà

cũng nhờ lý thú đọc
biết ông, tôi cùng nghề
trong cái thời phỏng dái
vẫn sống rất chỉnh tề

hồi đó bất đắc dĩ
cùng làm thầu khoán chơi
lãnh đào những ao cá
nuôi nỗi buồn đổi đời

tôi cùng hai thằng bạn
Vĩnh Kha, Nguyễn Thanh Ngân
tổ tam tam lạng quạng
thênh thang non một năm

ông cũng thuê của X
phục vụ cho của Y
cả hai của nhà nước
khó "hạch toán" chớ gì

ông tung hoành ở Huế
chúng tôi lội Quảng Nam
cách đèo, núi mấy dặm
cùng học mánh mung càn

lần gặp ông bữa nọ
định hỏi nhớ nghề không
mới quen sợ ông cự
chuyện ruồi bu mích lòng

tôi ông còn giới hạn
trong tình cảm xã giao
chẳng qua vì ít gặp
ít chuyện trò tào lao

chưa tri âm tri kỷ
chỉ bạn chơi văn thơ
với tôi rất thú vị
nên có hơi hồ đồ

vẽ ông đâm ra khó
dù tôi đã xâm mình
có gì quấy, ông gắng
rủa vài câu thật tình

---

1. bút hiệu khác của Trần Hữu Thục

TRẦN DZẠ LỮ

đất cách đất mấy ngọn
núi cao gối chân đèo
tôi vẫn thường qua lại
sức trai giỏi leo trèo

quê ông đất hoàng tộc
danh lam thắng cảnh nhiều
tôi vừa thích cảnh sắc
vừa say mê dáng kiều

quên mình từ cục mịch
tôi đắm cõi thần kinh
khoái luôn những nhân vật
xuất thân trên đất tình

Ngọc Anh là một điểm
đâu đó của Thừa Thiên?
dù xa gần thành nội
cư dân đều hữu duyên

cái duyên của ông bạn
nằm trong những nụ thơ
ấm áp nét nhân bản
tình thương yêu ngọt ngào

phải nói thời ông bạn
Huế đầy ắp nhân tài
những Võ Quê, Mường Mán...
nhưng tôi chẳng quen ai

gặp tên ông nhiều nhất
đọc hoài tưởng như thân
nhưng nghe ông lận đận
còn tôi thiếu phong trần

nên đâm ra cũng ngại
làm quen sợ ông chê
đành bắt chước người cổ
ngưỡng mộ suông thôi "hề!"

cuộc sống còn lạc hậu
khó khăn giáp mặt nhau
kịp đến tự do mất
theo mệnh nước nhục đau

trong hỗn độn thời cuộc
gặp ông ở Sài Gòn
cùng ngỡ ngàng ái ngại
ôi hai ông trời con!

đi cùng ông mấy dặm
níu vai ông bao lâu
cho nhau ít tâm sự
riêng tôi trở nên giàu

tôi là người ít nói
ông càng ít nói hơn
tôi thường cười nửa miệng
ông phần tư, không hơn

tuy vậy tôi đọc rõ
tấm lòng tình của ông
còn ông chắc khó thấy
ông đã ở trong lòng...

lời vụng, nghe ghê quá
may không là bê-đê
mến là mến con chữ
trong thơ tình ông tề!

làm sao không khoái được
ông Hát Dạo Bên Trời
tiếng ca như mây nổi
lạng quạng bay cùng trôi

khó lòng không thích được
ông Gọi Tình Bên Sông
tình ông đò đã khẳm
tràn trời đất thong dong

dù tôi chưa xin phép
xem ông như bạn rồi
một bạn thơ thứ thiệt
không cần rượu, hao mồi

ông khỏi phải chấp thuận
từ chối mà làm gì
đâu nhất thiết kỷ niệm
để minh định cố tri

gần đây tôi có thấy
trang điện tử quê nhà
ông nhắc tôi một phát
nghe mát ruột tuổi già

cảm ơn ông lắm lắm
chuyện làm thơ thôi à
(cảm ơn là đã nói
nhận xét của mình ra)

vẽ ông với mục đích
bày thơ ông, mời người
đã quen hay vừa biết
cùng nhau thưởng thức chơi

Vuông Chiếu chẳng có rượu,
bánh trà cũng vắng hương
chỉ có nhiều cánh cửa
cùng vào tình mến thương

bạn hiền Trần Dzạ Lữ
đã tròn hăm bảy năm
lần gặp mặt thứ nhất
cũng là lần sau cùng?

trong lần hạnh ngộ đó
bạn hiểu được tôi không
giọng Huế hay giọng Quảng
cũng qua ngõ tấm lòng

bạn thua tôi tám tuổi
năm nay mới sáu ba
nếu có nhiều bồ nhí
nhốt vào thơ gởi qua...

tôi nhận sẽ vẽ tiếp
mỹ nhân và bạn hiền
nếu tôi lỡ yêu bớt
hy vọng bạn không phiền!

TRẦN HOÀI THƯ

ông gầy như que củi
tôi ốm như cây tăm
cả hai cùng lứa tuổi
giữa thời súng, dao găm

không hẹn mà hội ngộ
trong lòng một quân trường
Bộ Binh có tầm cỡ
lừng danh trời đông phương

quyết tâm "bớt đổ máu"
"thao trường đổ mồ hôi"
học chỉ huy trung đội
phát huy tình yêu người
"địa hình" rồi "chiến thuật"
"vũ khí" đến "ngụy trang"
"một, hai...", "thao diễn nghỉ"
"cố gắng !" khi "tan hàng" (1)

một điều hơi nghịch lý
những thằng yếu thằng ròm

chưa khi nào đuối sức
bỏ nửa chừng gian nan

mấy món "bò hỏa lực"
"dây tử thần", "giả sơn"
"lội sình lầy", "vượt sóng"...
luôn luôn là tay ngon

đến cả chuyện "nhổ cỏ"
"chùi bút nịt", "đánh giày"
chẳng hề bị "hít đất"
"nhảy xổm" đến quấy rầy

rủi bị "phạt dã chiến"
cùng đồng đội... xong ngay
tuy rằng thở hơi gấp
nhưng chẳng xanh mặt mày

lần "di hành dã trại"
duyên đầu với quân trường
đủ "ba lô súng đạn"
đã bền sức phi thường...

tôi đang vẽ ông đó
bạn hiền Trần Hoài Thư
nhưng lạc đề cố ý
nhắc nhớ ông một thời...

tục danh Trần Quí Sách
sách đựng đầy chữ thôi
chữ mang cả vốn sống
một bút hiệu tuyệt vời

tôi bình chơi lếu láo
chỉ cốt chọc ông cười
bởi ông thường đạo mạo
nghiêm nghị và kiệm lời

ông "sinh viên báo chí"
"trung đội" ông bầu ra
còn tôi ưa trốn tránh
chợt có duyên tà tà

chưa mấy thân, chỉ biết
hồi góp bài Bộ Binh
ngoài đời tập viết dạo
cùng Bách Khoa đi lên

ra trường ông Thám Kích
tôi về sư đoàn 2
cùng tự nguyện chọn lựa
bỏ điều kiện ngồi hoài

cùng chung một chiến tuyến
khác mặt trận, khác vùng
nhưng vẫn luôn gần gũi
trên mặt giấy mông lung

ông vừa đánh vừa viết
thật sung sức rõ ràng
trong bảy năm chớ mấy
đã có gần ngàn trang

Những Vì Sao Vĩnh Biệt
Nỗi Bơ Vơ... Ngựa Hoang (2)

Một Nơi Nào Để Nhớ
đến Ngọn Cỏ Ngậm Ngùi

cộng bốn lần dính đạn
lỉnh kỉnh những huy chương
vài cuộc tình lãng mạn
từ em gái hậu phương

tôi làm thơ cà rỡn
đăng báo chơi cầm chừng
phản chiến cốt rửa mặt
cuộc chiến đang gánh chung

chiến thương cùng anh dũng
bội tinh tôi không nhiều
chỉ chừng mười một cái
trong bảng kê về chiều

ông thương tôi ngã đạn
tăng thêm những chân tình
gặp nhau trời Bắc Mỹ
ôm, vỗ vai, làm thinh

ông qua tôi bốn bận
tôi sang ông hai lần
gặp linh tinh nhiều chỗ
tăng sức lực tinh thần

phải nói phục sát đất
ông vừa học vừa làm
đỗ M.S về toán
văn thơ trổ nhịp nhàng

chẳng dễ gì ghi hết
tên tác phẩm vào đây
mời đọc phần tiểu sử
trên nhiều web trình bày

điểm son ông, cần vẽ
Du Tử Lê họa rồi
Trần Doãn Nho đã viết
rõ như nắng mặt trời

tôi phác thêm chi tiết
dễ thương vui vui thôi
không chấm phá đặc biệt
những bình thường trong đời

khi ông trên bục giảng
Trần Cao Vân Tam Kỳ
kính cận chưa dày mấy
sao không nhìn Tây Thi?

để tôi và Hoàng Lộc
Nguyễn Nho Sa Mạc giành
làm thơ đến rối chữ
rót ra ngoài mắt xanh

hồi đó chị Ngọc Yến
về đại học Cần Thơ
có cầm theo Ngọn Cỏ...
để ôm đến bây giờ

đời thường làm nội tướng
kiêm tài xế cho ông
lười biếng hay suy tưởng
vượt xa lộ tây đông?

ông là tay lính trận
đạn chì thừa thãi nhiều
đạn nước thật hiếm quý
một lần đạt mục tiêu

tuyệt vời ở cái chỗ
hiếm hoi mà trân châu
ngoài chuyện làm bác sĩ
còn tài hoa vẽ vời

đã qua thời run sợ
từng đêm giữa da màu
ông bà chừ hưu cả
thỉnh thoảng đánh cờ chơi?

tôi không tập trung được
vẽ cho rõ đuôi đầu
lỗi tại ông giàu có
thành đạt đó mà thôi

thật tình tôi không muốn
bỏ sót hạt tình nào
bên cái võng khóm trúc
nhà ông tôi vịn vào

tạm dừng tay vẽ nhé
tôi ông cùng múi giờ
không lười tôi sẽ gọi
New Jersey chừ sao?

---

(1) chữ trong ngoặc kép, thường dùng ở quân trường

TRẦN HUIỀN ÂN

bạn đọc không xa lạ
tên tuổi Trần Huiền Ân
tôi, đương nhiên quen quá
đủ có thể gọi thân
oái ăm là chưa gặp
mặt nhau lấy một lần

ông cao hay tầm thước?
thon gọn hay béo phì?
nhìn qua vài ảnh chụp
mừng ông rất phương phi

quen tên nhau từ thuở
Tuổi Xanh – Da Bà Dầu (1)
những sợi thơ trong suốt
buộc chân tình vào nhau

ông tên Trần Sĩ Huệ
bút danh Trần Huiền Ân
ghép hai chữ Ân Huệ:
"kẻ sĩ nhớ ơn đời"

tôi chôn chân Đà Nẵng
ông bén rễ Phú Yên

lớn hơn tôi bốn tuổi
dư sức làm anh hiền

vào thời loạn tiếng súng
khoảng cách nới thêm xa
viếng nhau gởi con chữ
bưu điện tha tà tà

thư ông tôi còn giữ
vài ba tờ pơ-luya (pelure)
đọc lại vẫn thấy thú
như mới ngày hôm kia

bỗng nhiên chợt thấy được
Năm Năm Dòng Sông Thơ
biến thành mây ông cỡi
ghé thăm tôi bất ngờ

đọc qua nhiều bài viết
biết ông mê uống trà
thích bánh in bột nếp
thơm ngọt vị mật hoa

thật tiếc tôi không có
món đượm hương quê nhà
đỏ mặt mời ông ngó
coca và pizza

ông bày ra trên ghế
những quà quý, tặng tôi:
bốn tác phẩm nghiên cứu
cùng thơ, truyện để đời:

(Rừng Cao, Lời Trên Lá,
truyện Tiếng Hát Nhân Ngư

truyện Ngọn Cờ Quân Thứ)
thoang thoảng hương tình người

thế mới biết thời thế
không giữ nổi tài hoa
ông nhà thơ dạy học
có tuổi không có già

đưa tay đỡ tặng phẩm
xúc động ngã bất ngờ
vấp ánh nắng chiều dọi
mới hay mình vừa mơ

tôi, ông chừ vời vợi
mà nhấc phôn nghe liền
tay gõ gõ nụ chữ
tán dóc chuyện huyên thuyên

tôi quen xài thơ thẩn
lâu nay cứ giỡn hoài
đã mừng ông tuổi thọ
đã thử đưa quan tài

bây giờ phác họa nữa
bạn đọc hẳn quá nhàm
riêng tôi vẫn thấy thiếu
thân tình ai không tham!

tôi không care, ông ngại?
có ai mắng không nào?
độc giả giàu rộng lượng
ai hơi đâu trách thơ!

---

(1) tên một tuần san, tên một con đường trước 1975 tại Sài Gòn

TRẦN MẠNH HẢO

ông, thơ văn toàn tài
tôi được đọc đôi bài
dĩ nhiên khó "nắm" vững
nhưng tin ông có tài
với cả chục tác phẩm
đủ thể loại đề tài
ông thành danh, vào hội
giữ nhiều chức rất oai

tưởng không cần kể lể
pho tiểu sử khá dài
dễ thành bản lý lịch
ai không nhuần tay khai

ông - một đại tác giả
tôi - bạn đọc trời ơi
quý ông cái khí phách
qua sáng tác hợp thời

ông chắc không "cơ hội"
như đánh giá nhiều người
nhưng dẫu có chút đỉnh
cũng là chuyện thường thôi

Nguyễn Thái Lai dí dỏm
"Mèo Trắng hay Mèo Đen" (1)
đọc như đọc tiểu thuyết
nhà văn chơi nhà văn!

tôi khoái ông can đảm
trong những câu thơ hay
về đất đảo tổ quốc
về con người, cỏ cây

ông có những phát biểu
đánh giá rất tinh tường
về những loại giải thưởng
cao quý lẫn hoang đường

gần đây ông săn sóc
ông Hữu Thỉnh khá nhiều
có lẽ đôi điều đúng
đôi điều hơi quá liều

tôi không dám đánh giá
hay có kết luận nào
ngoài một sự chân thật
đọc ông thú biết bao

---

(1) bài của NTL nhận xét TMH có tên Mèo Trắng Mèo Đen

TRẦN THIỆN HIỆP

trao đổi những tin nhắn
ngắn gọn qua điện thư
thấy ảnh không thấy bóng
thân tình chợt có dư

ông sinh nhật hôm nọ
gởi bè bạn tấm hình
cùng bài thơ nho nhỏ
ấm áp tình đệ huynh

ông vừa lên tám bó
sánh vai bên gốc hoa
da cây sần sùi nứt
da ông chưa lộ già

khói tẩu còn ấm miệng
hàng ria giàu phong lưu
có chút chút chưng diện
điện lửa còn lu bù

trông ông đã đoán được
một đời rất đào hoa
ăn chơi hơn bốn món
với cốt cách tà tà

ngoài mũ và mắt kính
không thấy túi thơ đâu
thơ còn giấu trong bụng?
thơ đang để trên đầu?

hình như không chính xác
những Cây Lá Phận Người
Mặt Trời Lưu Vong rọi
sáng Tiếng Đá Gọi Người

Đỉnh Mây Qua mấy núi
Đá Mọc Rêu Xanh rồi
đều đã tặng thiên hạ
hào sảng một cuộc chơi

vẫn còn sung sức thở
thơ theo chân tà tà
buổi sáng súc miệng rượu
buổi tối nhấm môi trà

chẳng cần nhiều tri kỷ
vài thằng để lân la
vài em để nằm gối
nhìn trăng rọi thơm nhà

Luân Hoán

ông hưởng già như vậy
nên làm sao kêu ca
tôi khó lòng sánh nổi
may ra mục trăng hoa

muốn chúc mừng đại thọ
cho dẫu ông không mời
tôi gõ chơi mấy chữ
sóng sánh những nụ cười

ông già tôi không trẻ
nhưng mà.., phải, nhưng mà...
thôi bỏ lửng cho tiện
tùy nghi ông thêm nha

bao giờ về quê nội
Thừa Thiên Huế hữu tình
chắc cũng ghé quê ngoại
dù Quảng Nam không xinh!

nhớ hốt giùm nắm đất
quăng mạnh tay thật xa
bên này tôi ắt thấy
ông và cõi quê nhà

TRẦN TRUNG ĐẠO

bậc trung: Trần Quý Cáp
bậc đại: tại Boston
ông thành phần du học?
thưa không, từ biển đông

du học hay vượt biển
khác nhau một chữ vong
giống nhau đến bốn chữ
cùng: cách biệt núi sông

không hẳn là nhân vật
hít thở cùng đám đông
nhưng đúng là khuôn mặt
góp tình cho cộng đồng

trong nhan sắc son trẻ
một tâm hồn khá già
bởi suy tư thời cuộc
xót ruột vì quê nhà

khởi đi từ nụ chữ
xanh biếc nở dòng thơ
bén rễ qua tiểu luận
sắc bén trong ngọt ngào

trải lý luận nhân bản
theo dòng nghệ thuật cao
chung quy nhờ nhịp đập
tình thương yêu dạt dào

mẹ chính là trứng ngọc
bát ngát nở tình người
cả thiên thu nguyện đổi
giữ thơm tiếng mẹ cười (1)

anh con trai xứ Quảng
từ đất tình Duy Xuyên
chưa hẳn thành hảo hán
đã đậm cá tính riêng

Thao Thức gần thường trực
về Giấc Mơ Việt Nam
niềm ao ước giản dị
của nhược tiểu da vàng

trong trăm người tán thưởng
giữ im lặng đồng tình
có vài mống nóng mũi
cũng là chuyện nhân sinh

ông, tôi đã là bạn
từ thập niên chín mươi
chừng mươi lần gặp gỡ
chỉ nói giỡn và cười

vài lần nghe ông hát
ngay sau khi thuyết trình
bụng khen thầm ông giỏi
đa tài, có đa tình?

đã ba con một vợ
không ba vợ một con
nên xuân sắc còn bảnh
phong độ trông còn ngon

người tầm thước khỏe mạnh
không ốm mập khác thường
rất đúng dạng công chức
xứ cờ hoa phi thường

năm kia tôi có đến
Boston, chưa ghé nhà
ông chờ vài năm nữa
tôi chưa chết sẽ qua

không cần giống cụ Khuyến
tát cá hay đuổi gà
lo in thêm tác phẩm
tôi sẵn lòng nhận quà

Bắc Mỹ ai bảo lạnh?
khi thân tình đậm đà
nhớ hú thêm vài bạn
ngồi rung đùi chơi nha!

TRẦN VẤN LỆ

đọc thơ ông khoái lắm
đang định làm quen chơi
nghe đồn ông phách lối
lưỡng lự ngưng mở lời

khi chúng tôi chung góp
in tập thơ mới tinh
của ông anh Bùi Giáng
bị ông kê tận tình

đương nhiên tôi hơi bực
định phang lại một bài
nhờ dĩ hòa vi quý
bỏ hiểu nhầm ngoài tai

và tôi tiếp tục đọc
thơ ông, nhiều báo đăng
qua thơ, nhận người tốt
dẫu hơi hách xì xằng

với sức viết như bão
báo đời nhiều đến đâu

cũng khó đáp ứng chỗ
cho sầu ông phơi râu

có lẽ cũng vì vậy
ông khai sinh nhiều danh
trong cùng một ngọn bút
và mặc sức tung hoành

đây là Trần Trung Tá
chuyên chỉ huy đám quân
trang bị toàn vần điệu
mai phục chờ mỹ nhân

đây là Lê Nguyên Khái
cặp kè Trần Tú Uyên
đứng bên Nguyễn Tấn Trãi
ngấm nghé Lê Hành Khuyên

đây là Lê Nhiên Hạo
choàng vai Lê Phụng An
Trần Trung Thuần lạng quạng
Trương Nghĩa Kỳ mơ màng

tất cả cùng da thịt
cùng nhịp tim đời thường
một cái đầu cương nghị
một lòng đầy cố hương

tình người không cồn bãi
vung vãi mọc tràn lan
thơ và thơ tự tại
nhiều cõi rộng bạt ngàn

nhìn thơ tưởng giản dị
thật ra giàu sắc màu
thao thức nguồn ngôn ngữ
sâu thẳm nỗi thương đau

in mười sáu thi phẩm
dễ dầu gì hết thơ
ông viết và ông thở
quay theo kim đồng hồ

một nhà thơ như vậy
có vênh mặt cũng vui
tay có sừng có gạc
miệng quai xách ai cười?

tôi ông chưa kịp bạng (1)
đã gần như bạn rồi
tất cả nhờ cái thú
cùng mê thơ đó thôi

nghe nói ông cao lớn
bản mặt bất cần đời
hai tay luôn thủ sẵn
thuốc lá bia nồng hơi

vỏ bọc ngoài bợm trợn
lòng dạ thường hươu cừu?
mai mốt lỡ gặp mặt
phải thủ sẵn nụ cười

---

(1) bạng = tiếng địa phương Quảng Nam, động từ, đồng nghĩa với đánh

TRẦN YÊN HÒA

ông phương phi tốt tướng
y như một đại gia
na ná dáng bộ trưởng
thần tượng của nhiều bà

qua hình dung, tôi đoán
ông là người đào hoa
hay ít ra rất khoái
hương sắc cánh mượt mà

thú này là hạnh phúc
theo tôi, rất tuyệt vời
bởi cũng có chút ít
những ngón nghề yêu đời

nhưng hình như tôi hố
ông chỉ là dân chơi
cho một người duy nhất
đêm đêm nằm cụng đầu

người làm thơ viết truyện
phần đông bị hiểu lầm
lạng quạng và bay bướm
cụ thể là hơi... nồng!

ông xưa từng dạy học
tại Mộ Đức khô cằn
thời tôi từng chong súng
chờ bắn hương mặt trăng

hồi đó mình chưa gặp
để học nhau mấy chiêu
thực hiện một câu hát
của Quảng Ngãi mỹ miều

rồi ông cũng đi lính
ngành chính trị chiến tranh
được mấy năm xách củ
đi ta bà loanh quanh?

hồi đó ông đã viết
dưới tên Trần Hoài Huyên
coi bộ khoái nói lái
tại sao không giữ yên?

có một lần ông viết
bài bình về thơ tôi
tôi đọc dĩ nhiên thích
vẫn mong gặp cho vui

thơ thẩn ông thời đó
mang tên Thùy Phương Linh
ông chơi trò giả gái
có được ai tỏ tình?

bây giờ ông đã ổn
với danh Trần Yên Hòa
thơ truyện đã sắp lớp
trình diện bà con ta

thơ ông thuộc loại cũ
chuộng vần vè như tôi
thể loại đã bất tử
dễ gói ghém tình người

với tác phẩm mới nhất
tập truyện dài giàu trang
mang cái tên hai chữ
Đi Mỹ rất gọn gàng

ông gởi cho, tôi nhận
đọc ba hơi chưa xong
chẳng phải thiếu hấp dẫn
vì ham chơi lòng vòng

ngày mai hay sáng mốt
dành một ngày đọc chơi
không chừng tôi bắt chước
Thành Tôn viết đôi lời

bây chừ tôi đang vẽ
chân dung ông nhà văn
có tâm của thi sĩ
có tài nuôi gió trăng

những điểm này tôi thấy
từ trang nhà của ông
một sân chơi khá hách
có lượng khách thăm đông

chuyện văn chương na ná
trang nào cũng giống nhau
ông thêm mục tình dục
có chỗ tôi vuốt râu

vẽ ông gần như giỡn
nhưng với sự chân tình
chúc ông không bị véo
bởi tay bà chị xinh

TRIỀU HOA ĐẠI

có gần cả năm nay
không thấy ông ơi hỡi
mình hạc có sướt trầy
tuổi rồng đã đóng vảy?

nhớ năm ngoái năm kia
tin thư đến đều đặn
viết báo và in thơ
ông ưu ái gởi tặng

tôi, ông xấp xỉ nhau
đã đề huề khứa lão
đội số tuổi trên đầu
nhìn lại to tổ bố
tôi ngẫm sức khỏe tôi
giàu vi trùng bệnh tật
vẫn rỉ rả tươi vui
suy ra ông hết trật

mấy thằng dong dỏng cao
thịt da ram rám nắng
vốn là tay cao cờ
rất giỏi nghề đánh giặc

Luân Hoán

giặc cướp giặc má đào
giặc nào cũng là giặc
súng chiến trường lơ mơ
súng cá nhân sắt bén

lùi lại khoảng ngày xưa
khi ông ở Đà Nẵng
chộ nhau chỉ lưa thưa
vài ba lần mưa nắng

người gốc làng Ý Yên
ông chính dân Nam Định
thay chỗ ở liên miên
sau thời cuộc năm bốn

từ Thiên Hựu, Phan Châu Trinh
ông thay trường đổi lớp
cuối cùng vào Bộ Binh
rơi nhằm khóa hăm mốt

khóa này đáng lẽ ra
tôi cũng phải có mặt
để cùng ông xông pha
ngành phát triển sắc tộc

đời lính ông nhẩn nha
làm chủ sự huấn luyện
chánh sự vụ tà tà
rồi qua tâm lý chiến

bớt làm thơ tán em
ông say mê làm báo
làm phóng viên chiến trường
"Nghệ Sĩ với Chiến Sĩ" (1)

sử dụng nhiều bút danh:
Lão Nho rồi Thợ Húc,
Phạm Đỗ chạy loanh quanh
Con Ong đến Tiền Tuyến
Muỗi Sài Gòn, Đông Phương,
Sống Còn, Sài Gòn Mới
những nhật trình đương thời
ông đều dụng bút sắt

tên thật Đỗ Xuân Nho
chính danh Triều Hoa Đại
thơ không viết ào ào
cũng bán chơi mấy tập

từ Buồn Lên Đôi Vai,
Con Phố Điêu Tàn, (tiếp)
là Những Bài Âu Ca,
Dấu Huệ Hồng, thật đẹp

khi Lên Rừng Đếm Lá
ông có đếm phải tôi
cuốn phỏng vấn văn học
của ông đúng nhịp đời

một bất ngờ thú vị
với Sông Tiễn Chân Đi
ông dùng tâm để đến
tuyệt đỉnh của tình thi

đọc thơ ông vẫn thú
chắc khỏi cần nói gì
tài hoa giàu ngày tháng
vẫn rất đậm xuân thì

Luân Hoán

hay dở nhờ cách sống
nhờ tình người cho người
ông và bà chị Đại
đáng dùng chữ đẹp đôi

nhớ năm nào ở Mỹ
cùng gặp Phan Xuân Sinh
mới có dịp nhắc lại
thời Đà Nẵng bọn mình

kỷ niệm đẹp là thước
để đo nỗi chân tình
tôi, ông vẫn như cũ
hai thằng bé học sinh

tay chúng ta dài lắm
mộng tưởng còn đâu đâu
Nho ơi và Đại hỡi
hãy cứ lại khởi đầu

tôi tin tôi, tin bạn
ông gắng tiếp tục nghe
báo đời ông đã có
sao chưa thấy gởi khoe
hãy nhớ giữ sức khỏe
làm gì được cứ làm
hãy giữ chị đẹp trẻ
trong thơ ông nhẹ nhàng

---

(1) tên mục riêng trên nhật báo THĐ chủ trì

TRỊNH CUNG

chở ông chạy loạn xạ
vẫn chỉ mươi con đường
vài chục năm ăn ở
vẫn còn nguyên tha phương

ông là người khách quý
đến thăm từ quê hương
nhưng thân xác họa sĩ
cốt cách phai đời thường

ông vô cùng độc đáo
ngay trong nét điểm trang
chỉ chăm râu dưỡng tóc
cũng khó ai đụng hàng

qua phong thái nghệ sĩ
toát ra nét thanh nhàn
tự tin đầy bản lãnh
chừng như làm lạc quan

nằm trong nhóm nổi nhất
những họa sĩ chân tài
danh ông khó không biết
nếu cầm bút lai rai

tôi một thời rất khoái
Thương Nguyệt của thi ca
trong giai đoạn tập tễnh
với thơ thẩn tà tà

tôi đã từng lầm tưởng
ông dân đất Thần Kinh
mặn mà với xứ Huế
hơn Nha Trang quê mình

hình như nơi khởi nghiệp
là quê quán thứ hai
ổ người tình thứ nhất
thoang thoảng hương đời dài

những bè bạn đường phố
sông Hương núi Ngự Bình
đượm nồng hơi ông thở
từ Mỹ Thuật xanh tình

chợt ngưng làm thi sĩ
bằng chữ nghĩa điệu vần
ông làm thơ bằng cọ
giàu màu sắc thanh âm

triển lãm cùng dạy học
cấp đại lẫn cấp trung
từ nội địa qua Mỹ
ông làm thầy tứ tung

vốn là người lịch lãm
thăm Tàu, Pháp, Ý, Anh...
giang hồ là cái thú
vừa có tình có tranh
*

chở ông chạy lạng quạng
chẳng biết dừng chỗ nào
rủ thêm vài thằng bạn
cùng nhau xem hoa đào

càng thấy ông siêu hạng
thưởng thức mỹ thuật đời
qua ánh đèn, tiếng nhạc
vượt hẳn bọn chúng tôi

ngồi chờ đợi ăn phở
mở khăn giấy chùi tay
ông phóng chơi mấy nét
đời thấy thằng tôi ngay

thân tình chưa đủ thấm
nhưng tình quý trọng nhau
làm thêm gần chút nữa
những ngưỡng mộ đã lâu

ông không hay than thở
tôi thoáng nghe thở than
đời ông giàu sôi nổi
nhưng trôi nổi nhẹ nhàng

tôi từng viết đưa tiễn
hai ông Trịnh một lần
thật may tôi lẩn thẩn
đời vẫn còn cần ông

treo một phần nội trạng
phơi gió một thời gian
ông phương phi trở lại
sinh quý tử đàng hoàng

ông hơn tôi hai tuổi
cậu út chưa lên mười
thành tích ông quá hách
đám khứa lão quá vui

chặng cuối đời tuyệt đẹp
bên nàng thơ yêu mình
ông mở lòng trồng lại
những cụm thơ thủy tinh

phê bình cùng nhận định
được vun quén kỹ càng
mỹ thuật qua năm tháng
lưu dấu thật nghiêm trang

hôm qua sau chuyện vãn
mới quên nói chúc mừng
ông sắp đổi quốc tịch
để cùng tôi thấm buồn

hẹn ông sẽ qua gặp
nhưng đâu biết ra sao
cũng như lời ông nói
ngày mai biết thế nào

vẽ ông làm tôi nhớ
đến Nghiêu Đề, Đinh Cường
Thái Tuấn, Hồ Thành Đức
dĩ nhiên cả Khánh Trường...

những người bạn họa sĩ
từng trang điểm thơ tôi
ít nhiều có nhan sắc
hít thở cùng cuộc đời

xin cảm ơn quý bạn
một thời được có nhau
mở lòng tình chút nữa
chắc chắn gặp kiếp sau

TỪ CÔNG PHỤNG

cho thiên hạ tình khúc
nghe cả đời mát lòng
bây giờ đã đến lúc
bắt chước người tạ ông

dĩ nhiên là không phải
trả ơn gì ông đâu
bởi đó là cái thú
tự ông chọn hàng đầu

cao ráo trên thước bảy
da ngăm ngăm, bô trai
giọng nói cùng tiếng hát
nghe như được ngoáy tai

cảm giác này không biết
đã ngứa đến thế nào
thật sự rất thú vị
tôi không xạo, tào lao

nhạc ông riêng cốt cách
một chiếu với một giường
ông trải ra mời khách
cùng chia nhau yêu thương

tôi dốt đặc nhạc lý
tiết tấu, âm giai gì
khi nghe đâu cần biết
mà thấm vậy mới kỳ

với lời ca chân chất
từ vốn sống đời thường
biến ảo từ minh trí
thành những áng văn chương

thật đậm đà bản sắc
trăm nỗi tình con người
buộc lại rồi dần cởi
sau khi đã hà hơi

nhạc ông là kho chứa
những kỷ niệm riêng tư
nhờ tha thiết biến hóa
thành của chung nhiều người

nhạc đã có vóc dáng
sắc đẹp như nữ hoàng
một chút hương triết học
thật khéo tay điểm trang

ông không đứng bên nhạc
mà sống cùng thanh âm
ông thở bởi nhạc thở
cả hai cùng một tâm

vẽ ông hay vẽ nhạc
của riêng ông cũng là
phác họa một nguồn sống
yêu thương cùng vị tha

rất may tốt nghiệp luật
không hành nghề luật sư
sáng tác và ca hát
rạng danh một ông Từ

mai này đất Ninh Thuận
có đường mang tên ông
tôi sẽ về mở quán
mời ông hát quanh năm

tôi không nhắc sức khỏe
bởi ông quá tuyệt vời
trời kêu không cần dạ
đất gọi tỉnh bơ chơi

soi nhau trên cõi lạ
thấy ra cùng xế chiều
đùa chơi cười một chút
sao nắng trời hắt hiu

TƯỞNG NĂNG TIẾN

ông đâu cần đền ơn
mắc mớ chi nhắc mãi
túi kỷ niệm trống trơn
khoái xào đi nấu lại

tuổi tôi tuy đã cao
bảo đảm chưa lẩm cẩm
vẫn nhớ rõ chỗ nào
bỏ tình vào hâm nóng

nhớ lại hồi mới qua
không chân ướt chân ráo
chỉ cà nhắc thôi à
nên chán, ngồi một chỗ

buồn tay chép thơ xưa
lưng lưng vài cuốn vở
ước mơ có tay đưa
tình bén lòng thiên hạ

đâu ngờ ước mơ suông
sớm có thành tựu thật

khi tình cờ quen ông
qua đường thư bưu điện

không chỉ được in thơ
còn có thêm được bạn
dù chẳng phải bạn vàng
bạn dám chơi xả láng

vốn cùng gốc nhà binh
ít nhiều quen thuốc súng
thêm thơ văn linh tinh
quen được ông, thật sướng

nhớ "cư an tư nguy" (1)
nên làm lơ đâu dễ
mơ góp một chút gì
ngăn bớt nhục quốc thể

một lần ông nghi ngờ:
"anh chừ hơi chùn bút?
hết đạn rồi hay sao
thiếu nồng nàn như trước!"

nhìn chữ ông, buồn buồn
tuy chưa hề bỏ cuộc
đạn tôi vốn khiêm nhường
trước niềm tin trầy sướt

cũng may còn có nhiều
bằng hữu như ông vậy
hụt bước mặt trận này
lao vào chiến trường khác

với riêng mục Sổ Tay (2)
ông duyên dáng rỉ rả
tẩm mật vào ớt cay
đọc ngậm nghe quá đã

đâu có phải ớt đâu
vị cay này pha đắng
từng chữ bám từng câu
cõng bi đát uất nghẹn

định trích dẫn khoe chơi
tim phổi ông ngồi gõ
sâu sắc từng chùm đời...
kỳ chưa, vẫn ngồi ngó

làm sao chọn được đây
đoạn lòng nào cũng tuyệt
hình ảnh nào cũng đầy
tình người ấm nhân bản

từ văn qua đến thơ
ông sung sức linh hoạt
từng sự việc nhỏ to
định bệnh lẫn châm cứu

một ví dụ nhỏ thôi
nhưng cũng đủ xác định
tài viết ông chín mùi
trong rất nhiều lãnh vực:

tôi dân gốc Hội An
ghiền đặc sản mì Quảng (3)

chưa viết nổi dòng nào
bằng ông món quốc túy

khen ông, tôi thật lòng
nói quá tự biết dị
chê ông, đám hồng hồng
chuyên đối đầu, đố kỵ

không định tạc tượng ông
để hù dọa ai đấy
gắng chơi thử đôi dòng
chủ ngọn bút bén nhạy:

ấu thơ ông đi chơi
loanh quanh rồi đi học
đi lính khi vào đời
đi tù khi nước khóc

đến Mỹ tuổi còn hăm
chưa "tam thập nhi lập"
ông đi làm văn nhân
Măng Đầu Mùa bụ bẫm (4)

nhớ Cuộc Chiến Chưa Tàn (5)
thử dấn thân lửa đạn
mệnh nước còn lầm than
ngậm ngùi đổi vũ khí

không ai không đọc ông
hải ngoại lẫn trong nước
cái "Sổ Tay Thường Dân"
cả một kho kiến thức

khởi chuyện rất nghiêm trang
chuyển dần sang giễu cợt
bắt nguồn những ứa gan
ông bứng những nọc độc

chẳng phải dễ ra đòn
cho hợp đạo thuận lý
ngoài tài còn có duyên
tình người và nghĩa khí

chẳng riêng tôi khen ông
thử thăm dò nhiều bạn
mười người đủ chục người
khoái ông viết quá mạng

nhiều người đã hỏi tôi
ông mặt dài hay ngắn
nhan sắc có tuyệt vời
như văn tài độc đáo?

tôi tiu nghỉu ngồi nhìn
đám chữ trong thư viết
chỉ gặp được thân tình
chưa thấy rõ người thiệt

muốn gọi xin ảnh ông
cho nhiều người xem ké
hơi lười nên chớp luôn
ảnh thường-dân lúc trẻ

không hời hợt vô tình
nhưng tôi vốn rất ngại

tò mò chuyện linh tinh
chữ sật sừ là phải

không biết tên cúng cơm
cũng mù luôn cái họ
làm sao làm bạn ông
cho xớ rớ đâu đó

qua o Lê Thị Huệ
biết ông cao "ngồng ngồng" (6)
"nhẹ nhàng" và "lịch sự"
"đầy nghệ thuật"... tỏ lòng

giọng nói rất "sắc sảo"
tướng mạo rất "ngang tàng"
nhà văn nữ còn phán:
"đàn ông nhiều bẫy ngầm"

tâm dung ông qua tôi
như vậy là bù trất
nhớ ơn ông ngậm ngùi
già rồi mau nước mắt

---

1) châm ngôn của trường Bộ Binh Thủ Đức VNCH
2) tên mục thường xuyên của TNTiến
3) Mì Quảng, phổ biến trên nhiều trang web
4) tên tập truyện ngắn của TNTiến và cố nhà văn Võ Hoàng
5) tên tập truyện của TNTiến
6) những chữ trong ngoặc kép của nhà văn Lê Thị Huệ, trang chủ Gió O

VIVI VÕ HÙNG KIỆT

ông vẽ tôi vài tấm
chừ tôi họa lại ông
hẳn không được giống lắm
chỉ cốt tỏ tấm lòng

quen ông thật thú vị
trước tiên được làm anh
thua tôi đến bốn tuổi
không cam cũng phải đành

tôi vẫn hay nhờ vả
ông giúp chuyện linh tinh
như chở đi nhận sách
như đưa coi mắt tình

(tình này riêng ông hiểu
không phải là tình nhân
tình là những vẻ đẹp
nhiều thứ trên cõi trần)

ông tích cực vui vẻ
không khi nào phiền lòng
dù tôi thường ngứa miệng
thích xía vào ngang hông

xuất thân là họa sĩ
có lò ra đàng hoàng
ông nhanh chóng nổi tiếng
thần tượng tuổi ăn hàng

đời sống ai cũng có
một thời gọi tuổi hoa
một số thêm giàu có
nhờ được đọc Tuổi Hoa

ai choai choai từng đọc
sách báo tuổi hoa hồng
có lẽ khó quên được
nét ông vẽ sáng trong

hăm bảy lần vô địch
giải bưu hoa Việt Nam
hạng nhì thì vô kể
những con "cò" nhẹ nhàng

họa phẩm ông nổi bật
với nội dung sử xanh
những sự kiện, nhân vật
sống động thơm hồn tranh

nét chân dung khá tuyệt
chẳng thua chi truyền thần
tâm trạng ửng khuôn mặt
linh động đủ vía hồn

có một chút khuyết điểm
có thể vì nhập tâm
khuôn mặt người chăn gối
thường là đại diện chung!

hay là muốn chứng tỏ
tình yêu, tính thủy chung?
nếu nói tay một chút
hẳn giàu nhiều giai nhân

về siêu hình, trừu tượng
nhiều lúc hơi quá đà
màu sắc rất bắt mắt
chi tiết hơi lá hoa

là con của dòng đất
thuộc miền Nam, Vĩnh Long
suýt làm cha giảng đạo
bỏ ngang sống phiêu bồng

nghiệp vẽ ông nhờ đó
nghiêng nhiều về tâm linh
trong đoạn đời có tuổi
bích họa, tượng thành hình

phác họa ông, lạ thật
cứ y như bình tranh
một lãnh vực tôi dốt
mà dám làm tài lanh

ơi ông, Võ Hùng Kiệt
bỏ qua cho tôi nghe
cái tính hay láu táu
ỷ thân nên lè nhè

tôi nhớ ông kỹ lắm
cao ráo, khá được trai
cộng với tài phác thảo
dễ làm quen chân dài

nhiều lần tôi cũng muốn
có hoa tay như ông
gặp ai tôi cũng vẽ
càng giàu thêm hoa hồng

nhân đây nhắn ông biết
những minh họa tôi nhờ
ông vẽ nhiều tác giả
mời xem lại bản sao

mừng ông chừ ở Mỹ
sinh hoạt tưng bừng hơn
vẽ tranh và dựng tượng
làm thơ vẫn cứ ngon

và qua tấm ảnh chụp
ông khác xưa khá nhiều
râu ria tóc bờm ngựa
mũ nồi nghiêng kiêu kiêu

nụ cười mỉm vẫn vậy
rất ư bất cần đời
phảng phất nét anh chị
hao hao một tay chơi

lưu ý cô ca sĩ
gắng quản thúc vững vàng
dù kiêm luôn họa sĩ
cũng đừng nên lạc quan

chúc hai bạn vui vẻ
cộng tác thật nhịp nhàng
đề huề trong sáng tác
tác phẩm giàu tiếng vang

VĨNH ĐIỆN

đang nằm viện Duy Tân
Lê Vĩnh Thọ hối chọn
lục bát tình... thật ngon
để làm gì, bí mật

chỉ chừng một tuần sau
Thọ dẫn đến giới thiệu
ông trung úy tóc râu
gọn nhẹ trông khá điệu

cái bật mí bất ngờ
trong quân phục ủi hồ:
ông say sưa đàn hát
một hơi sáu bài thơ

giọng ca ấm, truyền cảm
âm điệu đẹp, nồng nàn
một lối ngâm thơ mới
nghe sướng tai, ngỡ ngàng

đương nhiên từ hôm đó
tôi có thêm bạn vàng

tuần ghé thăm vài bữa
nghe điệp khúc thở than

bạn hiền không dừng lại
thú phổ nhạc khơi khơi
ông còn muốn in ấn
trình diện cuộc đời chơi

dẫu chân vừa cưa cụt
nằm nghiêng trình bày bìa
khoe luôn ảnh ba đứa
nhẵn mặt không râu ria

Thọ in xong tức khắc
từ xưởng tiểu đoàn 10
rồi một đêm trình diễn
trước học sinh đông vui

thân tình tôi với bạn
khởi từ Lục Bát Ca
dắt díu nhau lạng quạng
đi hoài và đi xa

gia tài riêng của bạn
quả thật khá dồi dào
Phạm Duy từng đàn hát
nhạc bạn trước đồng bào

những giọng ca thời thượng
Thái Thanh, Elvis Phương
Lệ Thu cùng Thanh Thúy
Thái Châu, Julie Quang...

ngọt giọng đưa nhạc bạn
bay thơm cùng thời gian
với Những Bài Ca Nguyện,
Hát Cho Quên Hận Thù,

Con Đường Cho Tiếng Hát...
những tập nhạc thay người
có trái tim tha thiết
với đất nước cuộc đời

sau chín năm tù tội
sống chuồng ghé nhà tôi
nhìn thằng bạn đói rách
giả lả qua nụ cười

tôi nhìn ông hoàng tộc
Nguyễn Phúc Vĩnh Điện xưa
vẫn thong dong tự tại
niềm tin rõ còn thừa

giáo điều đỏ tuy nặng
chẳng thể đè lùn người
ông còn nguyên thước bảy
đựng rổn rảng nụ cười

nét đẹp trai chưa mất
dù khổ nhục bào mòn
trái tim nuôi chính nghĩa
ý chí còn sắt son

vốn liếng từ Khoa Học
đại học Huế mở đường

ông bắt tay chơi lại
sau khi rời quê hương

sáng tác cùng phổ nhạc
ông trồng tỉa đều tay
chẳng thể giới thiệu hết
dòng nhạc theo chân mây

tôi, ông giữ tiếp tục
thắm thiết tình bạn bè
chia nhau từng nỗi nhớ
nhắc nhau sống lè phè

ông chế ngự được bệnh
loại ung thư đàn ông
chỉ dẫn tôi phòng thủ
ngừa, không cho tấn công

loại thuốc tôi đang uống
mỗi ngày là niềm vui
ông thỉnh thoảng tiếp viện
qua phôn những nụ cười

mừng ông về nông trại
nuôi gà của con trai
vẫn lập web viết nhạc
lai rai tháng vài bài

ông hành chánh tài chánh
đã lố tuổi bảy mươi
có còn mơ em út
tôi hỏi, sao chỉ cười?

VÕ KỲ ĐIỀN

để xem tôi và ông
ai là người ngủm trước
cả hai vác tuổi rồng
vô phước và có phước?

tên ông Võ Tấn Phước
đương nhiên có phước rồi
tôi có Châu lẫn Ngọc
nhưng nghèo rớt mồng tơi!

nói nào ngay trời quý
ban cho cô vợ hiền
thêm mươi cô bồ nhí
có tình không có duyên

ông thầy, tôi là thợ
(loại thợ đụng ấy mà
ngay cả chuyện viết lách
cũng đụng đời xẹt ra)

ông một đời dạy học
thơm tay trổ viết văn
cây súng còn chưa chạm
nói chi chuyện võ biền

ông yêu hình như ít
nhưng được yêu thì nhiều
ngược với tôi hào phóng
chẳng quy nạp bao nhiêu

ông mập và tôi ốm
xấu đẹp thật khó phân
tùy thuộc vào đánh giá
của Thúy Kiều, Thúy Vân

có điều ông lành lặn
cho đến cuối cuộc đời
còn tôi, ông thấy đó
cà thọt nửa cuộc chơi

ông có thời nhàn rỗi
tự tại một thân mình
vợ con đã ký phép
ông tùy nghi mặc tình

tôi sum vầy thường trực
kể cả thời hành quân
vợ vài tuần nửa tháng
ra mặt trận ngủ chung

bây chừ giữa nhà cửa
ông có sách có hoa
ăn ngủ và... viết lách
cứ tùy tiện tà tà

còn tôi con với vợ
vẫn lẩn quẩn bên mình
đèo theo một bầy cháu
nội, ngoại xinh lẫn tinh

viết sau tôi chút ít
từ tạp chí Dân Quyền
Làng Văn, Sóng, Lửa Việt,
Văn, Văn Học... tùy duyên

Kẻ Đưa Đường tập truyện
dành cho ông chỗ ngồi
trong lòng nhiều bạn đọc
ở khắp bốn phương trời

vững tay ông chơi tiếp
sinh động một truyện dài
gói khổ nhục vượt biển
đời đi tìm tương lai

Pulau... Miền Đất Lạ
đã thành quen thành gần
những hơi thở ông góp
địa danh như có thần

tôi đâu được như vậy
vèo một cái đến nơi
xứ tự do chọn trước
bình yên, buồn chút thôi

trong thời có "cơn bão
trong tách trà" Montréal
ông bị gió độc húc
tâm ngay nên vẫn lành

dù gì cũng ảnh hưởng
ông có phần lơ là
ngọn bút thật súc tích
chợt như mất thiết tha

tôi cùng nhiều độc giả
vẫn chờ ông có ngày
bất thần múa trở lại
những đường quyền thơm tay

trước đây ông có chấm
cho tôi lá tử vi
giải thích thật cặn kẽ
nhưng tôi chẳng nhớ gì

trước đây tôi có viết
linh tinh thơ tặng ông
tuy rằng toàn lẩm cẩm
suy tưởng bằng cái lòng

nay vẽ thêm vài nét
vụng tay đành lòng vòng
đem ông, tôi so sánh
những dị biệt tương đồng

ông đọc ngẫm nghĩ giúp
mức sai lệch là bao
khi nắm chắc kết luận
cho tôi biết thế nào

chuyện này chắc không khó
ông cứ hú bạn bè
như những lần gọi trước
đến Kim Hour ngồi nghe!

thay mặt đám bạn quý
cảm ơn ông có lòng
chúng tôi luôn sẵn bụng
chúng ta cùng thong dong

20-7-2012

VŨ HỐI

với bút danh Hồng Khôi
những thi phẩm ra đời
thể hiện nét đa dạng
qua khá nhiều thú chơi

với bàn tay có hoa
bút họa mới chính là
cõi rồng xanh bay lượn
thể hiện hết tinh hoa

ông cho tôi mấy chữ
từ câu thơ nhớ nhà
tôi "Cảm Ơn Đất Đá
Trổ Thơ" thay vì hoa

cảm ơn ông đã ghé
nhà chật ngồi uống trà
tiếp ông cùng bè bạn
trong lòng cứ lo ra

thật tình tôi thấy dị
không tươm tất rượu trà

một phần không biết nhậu
một phần túi rỗng mà

đành ngồi nhìn bè bạn
ngắm ông dong dỏng cao
mặt xương xương trán rộng
như luôn chứa ngàn sao

ông nói cười đủ cả
tự nhiên dù lần đầu
ghé thăm thằng thi sĩ
hồn vía để đâu đâu

mới đó mà dễ đã
qua hơn hai chục năm
mừng ông in sách mới
thả lòng bay phiêu bồng.

VƯƠNG TRÙNG DƯƠNG

Thủ Đức rồi Đà Lạt
chính trị cùng súng dao
đời treo cùng mệnh nước
nghèn nghẹn bàn tay chào

một đời buồn, ngó lại
đâu phải là chiêm bao
chút lòng với chữ nghĩa
mong vớt lại chút nào

tôi, ông cùng chung khóa
học bắn học chỉ huy
bây giờ tan hàng cả
còn nhắc lại làm chi

mừng ông làm nghề cũ
báo in thả chợ đời
vẫn mang tên Chiến Sỹ
giữ hơi cùng lấy hơi

ông viết về bè bạn
xem ra cũng đã nhiều
sao chưa thấy in ấn
cho tôi bay như diều

ông viết tôi kỹ lắm
nói gì hơn cảm ơn
vẽ ông không vẽ dạng
ngoài hai chữ còn ngon.

Luân Hoán

XUYÊN TRÀ

làm thơ. in. gởi tặng
dễ thương và đáng thương
một trò chơi lý thú
một thú chơi văn chương

chuyện này tôi may mắn
làm tới làm lui hoài
cuộc sống càng rút ngắn
bệnh ham chơi càng dai

ông chắc chắn cũng vậy
không khác trò chung chung
từ Ngọt Đau Nỗi Nhớ (1)
đến nay vẫn tưng bừng

một điều tôi tin chắc
thơ giữ được xuân thì
dù mỗi ngày thu hoạch
Thêm, Một Đóa Hồ Nghi

tuổi-ta ông nhâm ngọ
tuổi-tây năm 42
đời đã cao ngờ vực
phó cho thơ thở dài

lòng xanh trong Tâm Khúc
phơi dáng vẻ Nguyễn Ninh (2)
giàu ngày tháng thế tục
dai dẳng kiếp nhà binh

từng giữ vai huấn luyện
sang phòng 2 quân đoàn
nợ gì mà phải trả
mười hai năm bị giam

chắc lý lịch không rõ
Nguyễn Bình Phương là ai (3)
còn Phan Hội An nữa (3)
đời ông đóng mấy vai?

bị tù là đáng lắm
còn may không mút mùa
nhờ cai ngục đã đói
thả ra đã khoái chưa

ra tù gặp vận tốt
"hát ô" sớm bốc liền
cho ông làm dân Mỹ
kiếm bạc và tiêu tiền

đời lên voi xuống chó
xuống chó rồi lên voi
mỗi chúng ta đều có
nhờ tâm đạo hẳn hoi

qua thơ, tôi được biết
ông có lập trang thờ
trang nghiêm sát mặt đất
thờ một độc giả thơ?

bạn ấy là ông địa
tôi cũng rất thân quen
thấy mặt hoài, chưa gặp
nhưng tình như anh em

ông một ngày ba bận
đủ sớm, trưa và khuya
diện kiến tay cầm quạt
môi cười nhẵn râu ria

ông tin tưởng bạn ấy
xua oan khúc giùm ông
tự nhiên tôi ngó thấy
ông rất là từ tâm

ông cao một thước mấy
ốm mập ra làm sao
có thể không cần thiết
với những ai yêu thơ

vẽ ông tôi thà ngọng
còn hơn phải hồ đồ
nhưng chân dung đúng nhất:
người làm thơ là thơ

mời ông thử đọc lại
thơ ông sẽ thấy ông
những nét tôi chưa thấy
riêng ông đã thuộc lòng

---

ghi chú
1. chữ nghiêng : tên tác phẩm đã xuất bản của XT
2. tên thật của XT
3. những bút hiệu khác của Xuyên Trà

BẠT

phải chăng là đồng tính
sao đực rựa hết trơn?
đời vốn giàu mỹ nữ
ta thiếu hẳn mỹ nhơn!

chán phèo một cõi sống
an bình bọn đờn ông
sao không thử mơ mộng
vài ngọn lá thơm nồng

đờn bà khó có thể
phác họa nét dông dông
nói giỡn hay nói thật
đều có thể phật lòng

vẽ chơi một nhúm bạn
luôn có mình bên trong
ngỡ như thêm nhiều mạng
giàu thêm nhiều tâm hồn

LH

TÂM CHÂN DUNG
TẬP THƠ ĐỘC NHẤT VÔ NHỊ

Vừa hoàn thành layout xong tập thơ THƠ VIỆT ĐẦU THẾ KỶ 21, tôi được anh Luân Hoán giao layout tập thơ TÂM CHÂN DUNG, thật là niềm vinh hạnh...

Lúc đầu tôi tưởng là tập thơ nhiều tác giả và cũng chưa hiểu lắm chủ đề của tập thơ, chỉ đến khi đọc bản thảo tôi mới ngỡ ngàng nhận ra ý nghĩa lớn bao hàm trong chủ đề TÂM CHÂN DUNG này.

Vâng... rất xúc động khi biết anh viết về những người bạn thơ văn của mình bằng cả tấm lòng, xuất phát từ sự chân tình quí mến thì mới có thể làm được một tác phẩm như thế. Anh viết từ cái tâm của anh để phác họa lên chân dung của bạn thơ văn bằng những lời thơ ngũ ngôn mộc mạc, chứa chan tình cảm. Phong cách thơ của anh thì ai cũng biết rồi, lúc nào cũng sôi nổi, vui vẻ pha chút nghịch ngợm đáng yêu... nhưng lại đem đến nhiều cảm xúc cho người đọc. Trong tập thơ TÂM CHÂN DUNG này vẫn phong cách ấy nhưng lại làm rung động lòng người khi anh vẽ lên chân dung bạn thơ mình bằng những kỷ niệm, những lần gặp gỡ buồn vui, anh nhắc đến từng chi tiết thú vị xen lẫn những câu chuyện đời thường qua ly café, qua những buổi lai rai, qua những buổi họp mặt, gợi lại vài nét về tính tình của từng người... và đẳng sau mỗi cuộc đời còn có thấp thoáng những bóng hồng, những cuộc tình được mất để lại những niềm vui xem lẫn trong tiếc nuối ngậm ngùi... khiến ngay chính tôi không phải là người có mặt trong tác phẩm mà cũng đọng lại trong tâm thức điều gì đó thiêng liêng lắm, có lẽ các anh, các bạn có mặt trong tác phẩm này cảm nhận rõ hơn...

Với tôi, đây là một tác phẩm ĐỘC NHẤT VÔ NHỊ, một tâm hồn lớn đối với thi văn hữu và chỉ từ trái tim yêu thương vô bờ bến mới có thể làm được như vậy. Nếu tôi được hân hạnh nhắc đến trong tác phẩm, chắc chắn sẽ phải bằng mọi cách để sở hữu cho được tập thơ này. Không đơn giản là vì sự có mặt của mình, tập thơ còn là một tư liệu quí nói về các bậc tiền bối đã thành danh, những liên quan và sự giao thoa của các cây viết cũ mới trước 1975 cho tới nay và cũng là món quà quí giá đầy ý nghĩa để tặng lại cho con cháu mình....

Rất trân trọng sự nỗ lực đầy tâm huyết của anh Luân Hoán đã thực hiện tác phẩm TÂM CHÂN DUNG nên dáng vóc, hình hài. Kính chúc anh luôn vui khỏe, hạnh phúc an lành và cống hiến cho đời nhiều tác phẩm giá trị hơn nữa...

Kính anh!

Nguyễn Thành
Sài Gòn, 28-9-2018

Mục Lục

Tên	Trang	Tên	Trang
1. Luân Hoán (tự họa)	7	30. Huy Giang	118
2. Cao Thoại Châu	12	31. Huy Tưởng	124
3. Bắc Phong	15	32. Hồ Chí Bửu	129
4. Bùi Bảo Trúc	17	33. Hồ Đình Nghiêm	130
5. Châu Văn Tùng	20	34. Hồ Minh Dũng	134
6. Chu Trầm Nguyên Minh	23	35. Hồ Thành Đức	140
7. Chu Vương Miện	27	36. Hồ Trường An	146
8. Cung Tích Biền	29	37. Khaly Chàm	149
9. Du Tử Lê	34	38. Khánh Trường	151
10. Dương Kiền	38	39. Khắc Minh	157
11. Đặng Tiến	44	40. Kiệt Tấn	162
12. Đinh Cường	50	41. Lam Hồ	166
13. Đỗ Duy Ngọc	55	42. Lâm Chương	171
14. Đỗ KH	59	43. Lâm Hảo Dũng	175
15. Đỗ Hồng Ngọc	65	44. Lê Hân	179
16. Đỗ Trung Quân	70	45. Lê Mai Lĩnh	180
17. Đỗ Quý Toàn	75	46. Lê Tất Điều	181
18. Đỗ Trường	80	47. Lê Vĩnh Thọ	186
19. Hà Nguyên Dũng	84	48. Lữ Kiều	194
20. Hà Nguyên Thạch	85	49. Lữ Quỳnh	198
21. Hạ Quốc Huy	91	50. Lương Thư Trung	203
22. Hạc Thành Hoa	95	51. Lưu Nguyễn	207
23. Hoài Khanh	96	52. Mạc Phương Đình	211
24. Hoàng Bảo Việt	99	53. Mai Văn Phấn	214
25. Hoàng Khởi Phong	102	54. Mang Viên Long	216
26. Hoàng Lộc	103	55. Ngô Thế Vinh	218
27. Hoàng Quy	104	56. Ngu Yên	224
28. Hoàng Trọng Bân	109	57. Nguyên Hạo	229
29. Hoàng Xuân Sơn	114	58. Nguyên Nghĩa	232

Tên	Trang	Tên	Trang
59. Nguyễn Chí Thiệp	236	88. Tâm Thanh	351
60. Nguyễn Dũng Tiến	240	89. Thái Tú Hạp	355
61. Nguyễn Đông Giang	241	90. Thành Tôn	359
62. Nguyễn Đức Bạt Ngàn	245	91. Thiên Hà	363.
63. Nguyễn Mạnh Trinh	249	92. Thiếu Khanh	364
64. Nguyễn Nam An	254	93. Tô Thùy Yên	367
65. Nguyễn Lệ Uyên	258	94. Trang Châu	370
66. Nguyễn Sao Mai	261	95. Trần Doãn Nho	375
67. Nguyễn Trọng Khôi	265	96. Trần Dzạ Lữ	379
68. Nguyễn Trọng Tạo	269	97. Trần Hoài Thư	383
69. Nguyễn Vy Khanh	273	98. Trần Huiền Ân	389
70. Nguyễn Xuân Hoàng	276	99. Trần Mạnh Hảo	392
71. Nguyễn Ý Thuần	281	100. Trần Thiện Hiệp	394
72. Phạm Cao Hoàng	285	101. Trần Trung Đạo	397
73. Phạm Chu Sa	289	102. Trần Vấn Lệ	400
74. Phạm Ngọc Lư	291	103. Trần Yên Hòa	403
75. Phạm Nhã Dự	295	104. Triều Hoa Đại	407
76. Phạm Nhuận	298	105. Trịnh Cung	411
77. Phạm Xuân Đài	302	106. Từ Công Phụng	416
78. Phan Duy Nhân	305	107. Tưởng Năng Tiến	419
79. Phan Đắc Lữ	310	108. Vivi Võ Hùng Kiệt	425
80. Phan Kim Thịnh	317	109. Vĩnh Điện	429
81. Phan Ni Tấn	320	110. Võ Kỳ Điền	433
82. Phan Việt Thủy	326	111. Vũ Hối	437
83. Phan Xuân Sinh	330	112. Vương Trùng Dương	438
84. Rừng-Nguyễn Tuấn Khanh	335	113. Xuyên Trà	440
85. Song Thao	339	114. Bạt - Luân Hoán	443
86. Song Vinh	345	115. Bạt - Nguyễn Thành	444
87. Sỹ Liêm	348		

Liên lạc Tác giả
Luân Hoán
lebao_hoang@yahoo.com

Liên lạc Nhà xuất bản
Nhân Ảnh
han.le3359@gmail.com
(408) 722-5626

www.ingramcontent.com/pod-product-compliance
Lightning Source LLC
Chambersburg PA
CBHW020113240426
43673CB00001B/19